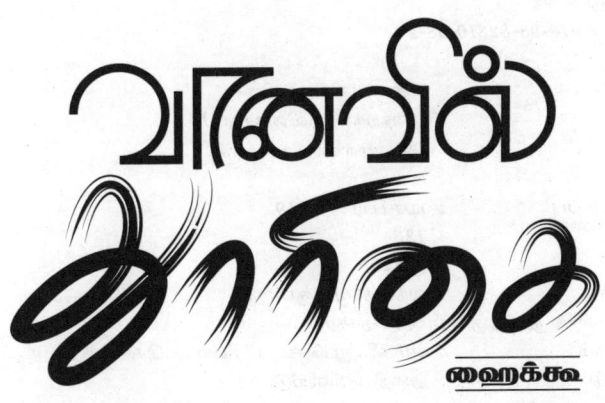

வானவில் தூரிகை

ஹைக்கூ

முல்லை நடவரசு

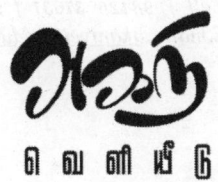

அகநி

வெளியீடு

வெளியீடு - 92
ISBN : 978-93-82810-58-2

வானவில் தூரிகை
(ஹைக்கூ கவிதைகள்)
© முல்லை நடவரசு

முதல் பதிப்பு	: டிசம்பர் - 2019
பக்கம்	: 128
விலை	: ரூ.120/-
ஒளியச்சு	: வந்தை முருகுபாரதி
ஓவியங்கள் & நூலமைப்பு	: ஜே.சுதாகர்
அச்சாக்கம்	: எம்.வி.ஆப்செட் பிரிண்ட், சென்னை.
வெளியீடு	: அகநி வெளியீடு,
எண் : 3, பாடசாலை வீதி,
அம்மையப்பட்டு, வந்தவாசி - 604 408.
திருவண்ணாமலை மாவட்டம்.
பேசி : 98426 37637 / 94443 60421
மின்னஞ்சல் : akaniveliyeedu@gmail.com

VAANAVIL THURIGAI
(Haiku poems)
© MULLAI NADAVARAU

First Edition	: December - 2019
Pages	: 128
Price	: Rs.120/-
Laser Print	: Vandhai Murugubharathi
Drawings & Layout	: J.Sudhakar
Printing	: M.V.Offset print, Chennai.
Published By	: AKANI VELIYEEDU.
No: 3, Padasaalai Street, Ammaiyapattu,
Vandavasi - 604 408.
Thiruvannamalai - Dist.
Cell : 98426 37637 / 94443 60421
E.mail: akaniveliyeedu@gmail.com

என் வாழ்வின் வசந்தம்
என் எழுத்துக்களின் தூண்டுகோல்
எனது இணையர்
திருமதி.பழனீஸ்வரி-க்கு
சமர்ப்பணம்

என்னுரை

உலகமெங்கும் தமிழர்கள் வாழும் பகுதிகளில் எல்லாம் பட்டிமன்றத்தாலும், பாடல்களாலும் நான் அறியப்பட்டு இருந்தாலும் எழுத்து வடிவில் அடியெடுத்து வைக்கும் எனது முதல் முயற்சி உங்கள் கைகளில் தவழும் இந்த 'வானவில் தூரிகை' எனும் ஹைக்கூ நூல்தான். உண்மையில் எனது முதல் நூலாக வெளிவர வேண்டியது எனது மரபுக் கவிதைகளின் தொகுப்பான 'வார்ப்புகள்' கவிதைப் புத்தகம். ஆனால், அதனை முந்தி இந்த ஹைக்கூ தொகுப்பு வெளிவருவது எதிர்பாராத ஆச்சர்யம்.

தம்பி கவிவாணன், என்னைச் சந்திக்க என் இல்லம் வரும் நேரங்களில் பல இலக்கிய விசயங்களைப் பற்றி பேசிக் கொண்டிருப்போம். அவ்வாறு ஒரு நாள் வரும்போது, இரண்டு ஹைக்கூ புத்தகங்களைக் கொண்டு வந்து, எனக்குப் படிக்கத் தந்தார். அந்தக் கவிதை நூல்கள் என்னை மிகவும் கவர்ந்தன. ஹைக்கூ கவிதை வடிவத்தை நான் நேசிப்பதைப் பற்றி ஒருமுறை பேசிக்கொண்டிருந்த பொழுது, தம்பி கவிவாணன்... ஹைக்கூ கவிதைகள் உங்களுக்கு எழுதுவதற்கு வராது என்று கூறினார். இதை அவர் என்னை எழுதத் தூண்டுவற்காகவே கூறினார் என்பதை அறிவேன். ஆகவே, அவர் அப்படிச் சொன்னதையே சவாலாக என் மனதால் ஏற்று, தொடர்ந்து ஹைக்கூ கவிதைகள் எழுதத் துவங்கினேன்.

எழுதுவதற்கான எனது முயற்சிகளைத் துவங்கிய போது, ஹைக்கூ கவிதைகள் மிக எளியது என்கிற எண்ணம் எனக்குள் இருந்தது. பின், அதன் வடிவத்தின் நுட்பத்தை ஒவ்வொன்றாய் புரிந்துகொண்ட பிறகே ஹைக்கூக்களின் பிரம்மாண்டத்தை உணர்ந்தேன். எனினும், ஹைக்கூ கவிதைகளின் வடிவத்தின் மீதான எனது காதல்

பெருகிற்றே தவிர குறையவில்லை. எனவே, எனது ஒவ்வொரு ஹைக்கூ கவிதையையும் மிகுந்த சிரத்தையுடனும் ஆர்வத்துடனும் எழுதத் துவங்கினேன். எனது கவிதைகள் பெரும்பாலும் முகநூல் பக்கத்தில் கடந்த இரண்டு ஆண்டுகள் தொடர்ச்சியாக வெளிவந்தவை. அவை வெளிவந்தபோது முகநூல் நண்பர்கள் அளித்த வரவேற்பும், பாராட்டும் என்னை உற்சாகப்படுத்தியது. அதிக விருப்பக்குறிகள் பெற்ற கவிதைகளைத் தொகுத்து புத்தகமாக்கி வெளியிடவும் நண்பர்கள் சொல்லி வந்தனர்.

நான் பட்டிமன்றப் பேச்சாளனாகப் பரவலாக மக்களின் அறிமுகம் பெற்ற போதும் கூட, ஒரு எழுத்தாளனாகவும் என்னை வெளிக்காண வேண்டும் என்றே எனது வாழ்க்கைத் துணைவியார் திருமதி. பழனீஸ்வரி பெரிதும் விரும்பினார். இந்த ஹைக்கூ கவிதைகள் ஒவ்வொன்றாக எழுதிய நாட்களிலிருந்து என்னை மேலும் ஊக்கப்படுத்தினார். இப்போது இத் தொகுப்பு வெளிவருவதில் என்னைக் காட்டிலும் பெரும் மகிழ்வுறுவதும் அவர்தான்.

இந்த கவிதைகளை எழுதிவந்த காலத்தில் தொடர்ந்து முகநூலிலும், நேரிலும் என்னை ஊக்கப் படுத்திய அன்பு நண்பர்கள் வதிலை சௌந்தர், வதிலை பிரபா, கவிஞர் தனசேகர், நிலவை செந்தில், எனது பால்ய நண்பர் கவிஞர் மணிமொழி என்ற மாணிக்கவாசகம், தம்பிகள் கவிவாணன், ஜெ.சுதாகர் போன்றோருக்கு எனது நன்றியறிதலை இத்தருணத்தில் தெரிவித்துக் கொள்கிறேன். என்மீது கொண்ட அன்பின் காரணத்தால் நண்பர் வதிலை சௌந்தர் எனது முகநூலில் வந்த கவிதைகளை 'சிவா' இதழில் மாதந்தோறும் வெளியிட்டு உற்சாகப்படுத்தினார். அவரின் அன்பிற்கு நன்றி. மதுரை கவிஞர் இரா.இரவி முகநூலில் எனது ஹைக்கூக்களைப் படித்து

பாராட்டியதோடு மட்டுமல்லாமல், தனது கவிதைப் புத்தகங்களையும் அனுப்பி, என்னை உற்சாகப்படுத்தினார். எனது பட்டிமன்ற சகாக்கள் புலவர் சங்கரலிங்கம், கவிஞர் திருநாவுக்கரசு, கோவை சத்யா, பேராவூரணி தாமரைச்செல்வன் போன்றோரும் எனது ஹைக்கூ கவிதைகளைப் பற்றிப் பேசி, எனது ஆர்வத்தை மிகுதியாக்கியவர்கள். அவர்களுக்கும் என் நெஞ்சார்ந்த நன்றி.

இப்புத்தக தொகுப்பின் மாதிரிகளை வாங்கிய உடனேயே முழுவதும் படித்துவிட்டு மனதாரப் பாராட்டினார் தமிழ் ஹைக்கூ கவிதை முன்னோடிகளில் ஒருவரான கவிஞர் மு.முருகேசு அவர்கள். அது மட்டுமின்றி மிகுந்த ஆர்வத்துடன் உடனடியாக முன்னுரை எழுதியும், தனது அகநி பதிப்பகத்தில் அழகிய முறையில் வெளியிட்டும் உதவியிருக்கிறார். அவருக்கும், இப்புத்தகத்தை வடிவமைத்த அன்புத்தம்பி ஜெ.சுதாகருக்கும் என் நன்றிகள். இந்தப் புத்தகத்தில் உள்ள சில கவிதைகளை இந்நூல் வெளிவரும் முன்பே ஆங்கிலத்தில் மொழிபெயர்த்த கவிஞர் அமரன் அவர்களுக்கும் எனது மனமார்ந்த நன்றி!

எனது முதல் நூலான இக்கவிதைப் புத்தகம் குறித்த வாசகராகிய தங்களின் மேலான கருத்துக்களையும், விமர்சனங்களையும், உற்சாகப்படுத்துதலையும் தொடர்ந்து எதிர்நோக்குகிறேன்.

- இப்படிக்கு,

கவிஞர். முல்லை நடவரசு
பட்டிமன்ற நடுவர்
பட்டிவீரன்பட்டி - 624211
பேச : 94864 86225

மனசினுள் சுரக்கும் கவிதை ஊற்றுகள்...

- மு. முருகேஷ்

நேர்க்கோட்டுப் பயணமாக இல்லை இன்றைய வாழ்க்கை. ஓடும் காட்டாற்று வெள்ளமென அதன் போக்கில் எல்லாவற்றையும் அடித்துக்கொண்டு ஓடுகிறது. நெருக்குதல்களுக்குள் சிக்கி, மூச்சுத் திணறினாலும், வாழ்வெனும் பெருநதியில் நாமும் நீந்திக்கொண்டு இருப்பதாகவே பெருமைப்பட்டுக் கொள்கின்றோம். கரையில் நின்றபடியே கற்பிதங்களுக்குள் தொலைந்து கொண்டிருக்கும் நம்மை மீட்பர் எவரெனத் தேடும் முயற்சியிலேயே வாழ்வின் சுவாரசியம் இன்னமுமிருக்கிறது.

இருப்பவை, இல்லாமைகளுக்குள் வாழ்க்கையைத் தேடிக்கொண்டிருக்கும் சராசரி மனிதர்களுக்கிடையே நசிந்து கொண்டிருக்கும் வாழ்வின் உன்னதங்களைக் கண்டெடுப்பவனே கவிஞன். கண்ணீரிலிருந்து உப்பை மட்டுமல்ல, மனித மனங்களுக்குள்ளிருக்கும் கவலைகளையும் தனித்துக் கண்டறிபவனே மக்கள் கவிஞன். அந்தக் கவலைகளைத் தீர்க்க மருந்து தேடும் முயற்சியாகவே தனது எண்ணங்களைக் கவிதைகளாகப் பதிவு செய்கின்றான்.

'எதை நீ கொண்டு வந்தாய்; அதை நீ இழப்பதற்கு? எதை நீ படைத்திருந்தாய்; அது வீணாவதற்கு?' - என்று கீதாசாரம் பேசி, மனித மனதில் விரக்தியை ஊன்றாமல், வாழ்வின் சாரம் குறித்த ஆழ்ந்த அக்கறையின் வெளிப்பாடுகளை விதைப்பதே கலை இலக்கியங்களின் தலையாய பணி.

கவிஞர். முல்லை நடவரசு

இரண்டாயிரமாண்டு காலமாகத் தமிழில் பண்டிதர்களின் கைப்பிள்ளையாக மட்டுமே சுருங்கிக் கிடந்தது மரபுக் கவிதை. அந்த மரபுத் தளைகளிலிருந்து மெல்ல கவிதையை மீட்டெடுத்து, சுதந்திர கவிதையென வசன கவிதையாக்கி, 'சுவை புதிது; பொருள் புதிது; வளம் புதிது; சொல் புதிது; சோதிமிக்க நவகவிதை' என அறிமுகம் செய்த வைத்த மகாகவி பாரதியார் தான், ஜப்பானிய மரபுக்கவிதையான ஹைக்கூவையும் முதன்முதலாக தமிழுக்கு அறிமுகம் செய்து வைத்தார். பாரதி தமிழுக்குத் தந்தது எதுவும் வீணானதில்லை. வீண் போனதில்லை. ஜப்பானிய ஹைக்கூவும் அப்படியே.

16.10.1916-இல் 'சுதேசமித்திரன்' இதழில் அறிமுகமான ஹைக்கூப் பூக்கள், இன்றைக்கு தமிழ் நிலத்தில் பல வண்ணங்களோடும் வாசத்தோடும் புகழ் மணம் பரப்பி வருகின்றன. முன்னரே நானொரு கட்டுரையில் சுட்டியிருப்பதைப் போல, ஹைக்கூ கவிதைகள் தமிழ் கவியுலகில் நிகழ்த்தியிருக்கும் இரண்டு மகத்தான மாற்றங்களை வரவேற்று நாம் கொண்டாடத்தான் வேண்டும்.

ஒன்று; பல்லாண்டுகளாக எழுத்தறிவு மறுக்கப்பட்ட தலைமுறையிலிருந்து, முதல் தலைமுறையாக கல்விபெற்ற இளையவர்களிடமும் நம்பிக்கையூட்டி, 'உன்னாலும் முடியும்' என்று எழுத வைத்தது ஹைக்கூ.

இரண்டு; தமிழ்ப் படைப்புலகில் முன்னரே நன்கு அறிமுகமான மூத்த படைப்பாளிகள் பலரையும் தன்பால் ஈர்த்து, அவர்களையும் எழுத வைத்த பெருமையும் ஹைக்கூவிற்கு உண்டு.

இரண்டாவது பெருமையின் பெருமித அடையாளங்களாக கவிக்கோ அப்துல் ரகுமான், கவிப்பேரருவி ஈரோடு தமிழன்பன், நிர்மலா சுரேஷ், நெல்லை சு.முத்து, பழனி இளங்கம்பன், அமரன், சென்னிமலை தண்டபாணி, எஸ்.ஷங்கர நாராயணன், உதயசங்கர் என்றொரு பட்டியலுண்டு. அந்தப் பெருமைக்குரியவர்கள் வரிசையில், அதுவும் தமிழ் ஹைக்கூ நூற்றாண்டினைக் கடந்திருக்கும் வேளையில் இணைகிறார் தமிழகம் அறிந்த பேச்சாளரும் கம்பீரமான குரலுக்குச் சொந்தக்காரருமான எங்கள் அன்புக் கவிஞர் முல்லை நடவரசு.

தமிழகம் முழுவதும் தனது குரலாலேயே நன்கறியப்பட்டவர் கவிஞர் முல்லை நடவரசு. இவர் பாதம் பாடாத தமிழகத்து நகரங்களோ, கிராமங்களோ இல்லை என்று சொல்லும்வண்ணம், கடந்த கால் நூற்றாண்டு காலமாக தமிழகத்தை இடவலமாகச் சுற்றிவரும் சோர்வறியாப் படைப்பாளி. 1990-களில் தமிழகத்து மேடைகள் வெறும் உணர்ச்சிக் கொந்தளிக்கும் ஆவேசமான உரைகளால் சோர்வடைந்து கிடந்த நேரத்தில், புதிய காற்றென மேடைகளில் புத்தெழுச்சியை ஊட்டியவர் முல்லை நடவரசு.

புதிய கலை இலக்கியப் பார்வையைத் தந்த தமிழ்நாடு முற்போக்கு எழுத்தாளர் சங்க மேடைகள், கல்வி ஒளியைப் பரப்பிய அறிவொளி இயக்கக் கூட்டங்கள், பனிபொழியும் கிராமத்து களத்துமேடுகள், ஒளி அலங்காரங்களால் மிளிரும் குளிர்சாதன மெகா அரங்கங்கள்... என எந்த மேடையேறினாலும் பார்வையாளர்களைத் தனது காந்தர்வக் குரலால் வசீகரிக்கும் ஆற்றல் பெற்றவர் முல்லை நடவரசு. அனைவரிடத்திலும் எளிமையோடும் அன்போடும் பழகும்

இனிய மனிதர். முல்லை நடவரசு எனும் பெயரை உச்சரித்த மறுகணம், பல்லாயிரம் ரசிகர்களின் பலத்த கரவொலிக்கிடையே மேடைக்கு வந்தாலும், அந்தப் புகழை, பெருமையை ஒருநாளும் தலையில் கிரீடமென சூடிக்கொள்ளாத அவரது இயல்பான குணமே, என்னைப் போலவே பலரையும் அவர்பால் ஈர்த்திருக்கிறது. இவ்வளவு ஆண்டுகள் கடந்த பின்னாலும் நட்போடு கரம் குலுக்கி, கவிதைகளைப் பகிர்ந்துகொள்ளும் நெருக்கத்தைத் தந்திருக்கிறது.

திண்டுக்கல் மாவட்டம் தும்பலப்பட்டி கிராமத்தில் லெட்சுமணன் - சீனியம்மாளின் தலைமகனாகப் பிறந்தவர் முல்லை நடவரசு. போராட்டமிக்க விவசாயக் குடும்ப வாழ்விலிருந்து கற்றதும் பெற்றதுமே இன்றைக்கு அவரை வாழ்வின் சிகரத்தில் ஏற்றியிருக்கிறது. சோர்வை விரட்ட, வேலை செய்துகொண்டே பாடல்களைப் பாடும் அம்மா சீனியம்மாளிடமிருந்து இயல்பாக பெற்றுக்கொண்டதே பாடும் திறன். இளைஞராக இருக்கையில் எதற்கும் தயங்காமல் உழைக்கத் தயாராயிருந்த முல்லையாரின் அசராத குணமே, இன்றைக்கும் அவரை முப்பது வயது இளைஞராகவே வைத்திருக்கிறது. முகம் முழுக்க பொங்கும் வெள்ளைச் சிரிப்பால் மனதைக் கொள்ளை கொண்ட எங்கள் மக்கள் கவிஞர் முல்லை நடவரசு, இந்த நூலின் வழியே ஹைக்கூ கவிதைகளாலும் நம் இதயங்களைக் கொள்ளையிடப் போகிறார் என்பது திண்ணம்.

தேர்ந்த சொற்கள், தெறிப்பான கவிதை நயம், அழகான வாழ்வின் பதிவு... இவை மூன்றும் சேர்ந்த கலவையே முல்லை நடவரசுவின் ஹைக்கூ கவிதைகள் என்பேன். கடந்த இரு நாட்களில் இதுவரை மூன்றுமுறை வாசித்துவிட்டேன். பல கவிதைகள் என் மனசினோரமாய்

தங்கிவிட்டன. மரபும், புதிதும் எழுதிப் பழகிய கரமல்லவா... வெகுஇலாவகமாக ஹைக்கூவும் வசப்பட்டிருக்கிறது.

கொட்டும் மழையை
ஏக்கத்தோடு எட்டிப் பார்க்கிறது
கொதிக்கும் உலை நீர். - வேறுவேறு கோணங்களில் என்னை வெகுநேரம் யோசிக்க வைத்த நல்ல ஹைக்கூ இது.

மழை கொட்டுகிறது; அதை ஏக்கத்தோடு எட்டிப் பார்க்கிறது கொதிக்கும் உலை நீர். அப்படியெனில், யாரோ வாங்கி வரப்போகும் அரிசிக்காக அந்த உலை நீர் காத்திருக்கலாம் அல்லது கொட்டும் மழைக்காக நெடுநாட்கள் காத்திருந்த ஏக்கத்தின் வெளிப்பாட்டிலும் உலை நீர் எட்டிப் பார்க்கலாம். இதையெல்லாம்விட இந்தக் கவிதையின் ஆகச் சிறந்த அம்சம் என்னவெனில், இந்தக் காட்சி நிகழ்வது கீற்றுகள் கிழிந்த ஒரு குடிசை வீட்டில் என்பதை எங்கும் சொல்லாமலேயே நம்மை உணர வைக்கும் அதன் நுட்பமே என்னை அசரடித்தது.

முண்டியடித்து முதல் வரிசையில்
ஏழை விவசாயி
இலவச அரிசி. - மூன்றாவது வரியைப் படித்ததும் மனம் கலங்கித்தான் போகிறது. ஊருக்கே உணவளிக்கும் விவசாயியை, இலவச அரிசிக்காகவும் இலவச வேட்டிக்காகவும் கையேந்த வைத்த அவலங்களுக்கு காரணமான ஆட்சியாளர்களை நோக்கி, நம் கோபத்தைத் திருப்பும் கவிதாயுதமாக இந்த ஹைக்கூ உள்ளது.

சாதிகள் இல்லையடி பாப்பா...
ஏளனத்தோடு சிரித்தது - என்கிற முதலிரண்டு வரிகளைப் படித்துவிட்டு, மூன்றாவது வரியாக என்னயிருக்கும் என்று சற்று நேரம் யோசித்தேன். ஏதேதோ வார்த்தைகள் மின்னலிட, கவிஞர் என்னதான் எழுதியிருக்கிறார் என மிகுந்த ஆவலோடு படித்தேன். என் நெஞ்சில் அறைந்த மூன்றாம் வரியை நீங்களும் உள்ளே சென்று படித்துணர வேண்டுமென்பதால், இங்கே சொல்லாமல் தவிர்க்கிறேன்.

சமூகப் பார்வையோடு கவிதை படைப்பதில் மட்டுமின்றி, அழகியல் பார்வையோடும் ஹைக்கூ தருவதில் கவிஞர் முல்லை நடவரசு முன்நிற்கின்றார். நான் ரசித்த பல அழகியல் கவிதைகள் இந்நூலில் உண்டு. இதோ... ஒரு பருக்கை பதம்!

வானவில்லை வரைந்தவன்
தூரிகையை உதறினான்
நட்சத்திரங்கள். -ஆகா... என்ன அழகான பார்வை! கவிஞர் முல்லை நடவரசுவின் கவிதைகளை வாசிக்க, வாசிக்க நம் மனசிற்குள்ளிருந்தும் ஈரமாய் சுரக்கின்றன கவிதை ஊற்றுகள்.

கருவறைக்கு சற்றும் சளைக்காத அம்மாவின் அடுக்களையும், தார்ச்சாலையெல்லாம் நீர்ச்சாலையாக்கிய கானல் நீரும், முத்தமிட்டதும் ஊரைக் கூட்டும் புல்லாங்குழலும், இன்னிசையோடு இறங்கிவரும் வசீகர தேவதையான அருவியும் கவிஞரின் முத்திரை பதிக்கும் கல்வெட்டுக் கவிதைகள். ஹைக்கூ கவிதைக்கேயுரிய காட்சிப்படுத்துதல் எனும் பண்பு சில கவிதைகளில் குறைந்து, வாழ்வியல் தத்துவமாகவும், பொன்மொழியாகவும் சில கவிதைகள் உள்ளன. படிக்கும் வாசகருக்கு இவ்வகை கவிதைகளிலிருந்தும் ஒரு புது செய்தி கிடைக்கிறது. புது வெளிச்சம் பிறக்கிறது.

கிராமத்து வாழ்வின் பசுமையும், விசாலமான சிந்தனைப் பார்வையும் கவிஞர் முல்லை நடவரசுவின் கவிதைகளின் ஆதார சுருதிகளாக உள்ளன. வார்த்தைச் சேதாரம் ஏதுமின்றி, சரியான வார்த்தைகளால் கவிஞர் கட்டுயுள்ள இந்த ஹைக்கூ தேன்கூட்டில் எந்தப் பக்கம் பார்வை பதித்தாலும் கவிதை இனிக்கிறது.

எங்கள் கவிஞர் முல்லை நடவரசுவின் பெயரை, தமிழ் ஹைக்கூ கவிதை வரலாற்றிலும் பதிக்கவிருக்கிற இந்தத் தொகுப்பு முயற்சிக்கு எனது தோழமை மிகுந்த வாழ்த்துகள்.

மு.முருகேஷ்

04.10.2019

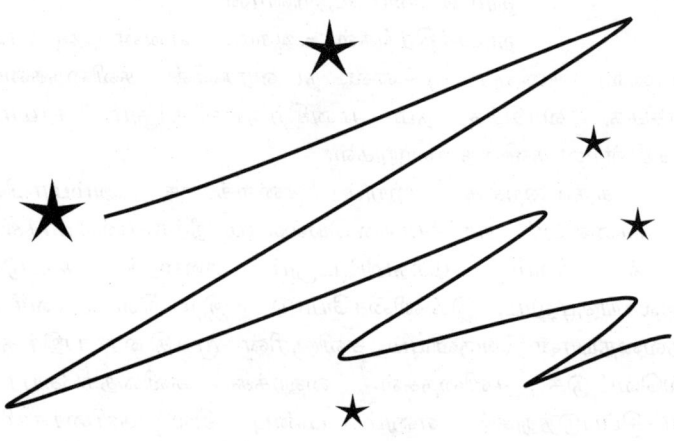

வாழ்த்துரை

சொல்லை சொல்லால் வெல்லும்
முல்லை நடவரசு - இவர்
மெல்லவே வீசும் தென்றல் காற்று;
மேடையில் தோன்றும் மின்னல் கீற்று.

பாட்டுத்திறத்தாலே வையத்தைப் பாவித்திட வேண்டும் - என்றான் பாரதி. அதற்கு ஏற்ப தனது பாடும் திறனால் பட்டி தொட்டி எங்கும் தமிழ் மக்களின் மனங்களில் இடம் பிடித்தவர், நாடறிந்த பேச்சாளர், நல்ல தமிழ்ப் பாடகர், நட்பிற்கு இலக்கணமானவர்... பேரன்பிற்கு உரிய நண்பர் முல்லை நடவரசு அவர்கள். எத்தனை ஆயிரம் மக்கள் மத்தியிலும் தனது ஆளுமை மிக்க பேச்சாளும் பாடும் திறனாலும் கேட்போரை தன்வயப்படுத்தும் ஆற்றல் மிக்கவர்.

சுமார் பத்து ஆண்டுகளுக்கு முன்பு, பாலக்காட்டு தமிழ்ச்சங்கம் நடத்திய பட்டிமன்ற நிகழ்ச்சி ஒன்றில் நானும் அவரும் சந்தித்துக் கொண்டோம். அன்று முதல் எங்கள் நட்பு நாள்தோறும் வளர்ந்து... இனிய குடும்ப உறவாகவும் பூத்துக் குலுங்குகிறது.

திரு.முல்லை நடவரசு அவர்களின் முதல் கவிதைப் புத்தகம் வெளிவருகிறது. கவிதைகள் இனிய எளிய சொற்களால் அன்றாடம் காணும் காட்சிகளைப் புதிய கோணத்தில் சொல்லி, நம்மை மகிழ்விக்கின்றன. சிந்திக்க தூண்டுகின்றன. எழுத்துத் துறையிலும் அவர் தடம் பதிக்க என் நெஞ்சார்ந்த வாழ்த்துக்கள். நன்றி, வணக்கம்!

- என்றும் அன்புடன்

அ.பாரி, இ.கா.ப

காவல்துறை மேனாள் தலைவர்,
மேற்கு மண்டலம், கோவை.

கவிஞர். முல்லை நடவரசு

☐ ஒற்றைக் கம்பியில்
சர்க்கஸ் சிறுமி
சில்லறை மனசு

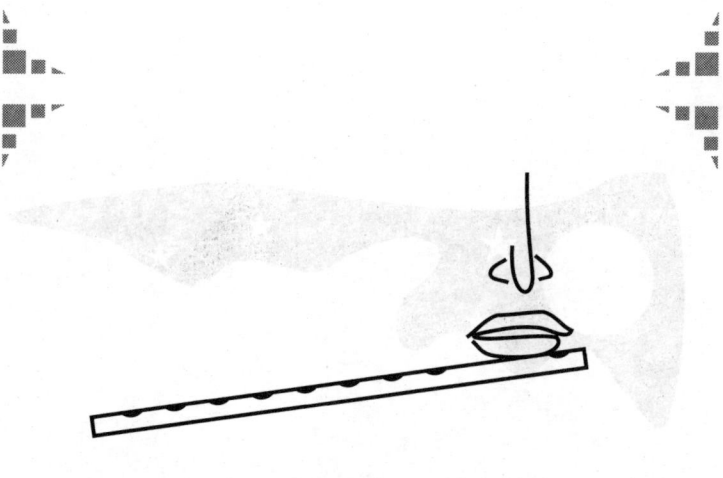

☐ உதடுகளால் முத்தமிட
ஊரைக் கூட்டிவிட்டது
புல்லாங்குழல்

வானவில் தூரிகை

☐ எதிர்பார்ப்பில்
எங்கள் ஊர் வெட்டியான்
மகளின் திருமணம்

☐ அமுதம் பாய்ச்சும்
நடுநிசி நிலவு
இமையா விழிகள்

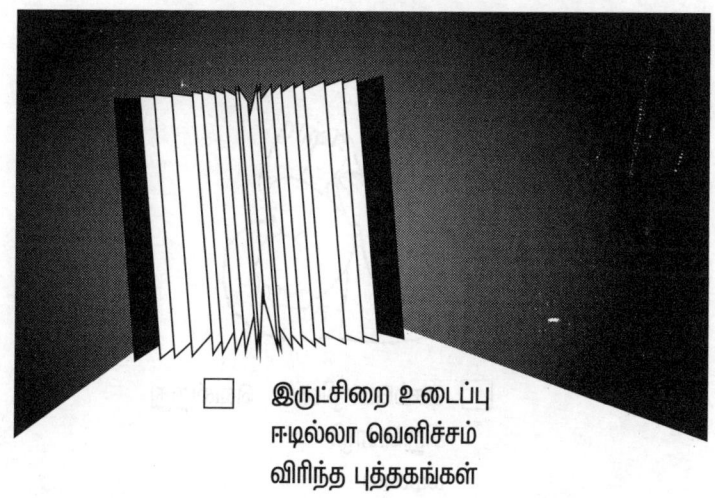

☐ இருட்சிறை உடைப்பு
ஈடில்லா வெளிச்சம்
விரிந்த புத்தகங்கள்

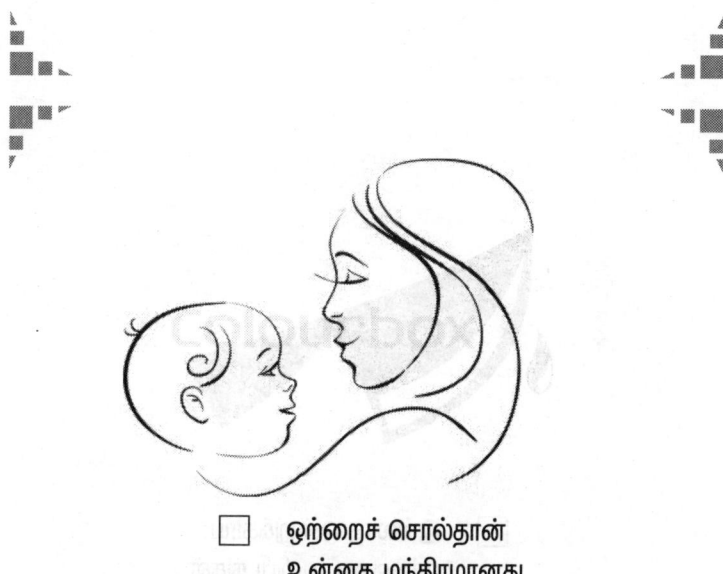

☐ ஒற்றைச் சொல்தான்
உன்னத மந்திரமானது
அம்மா

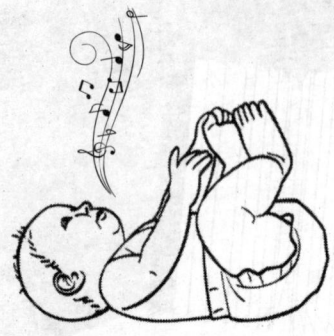

☐ செம்மொழியை வென்றது
சிறுமொழி
மழலை

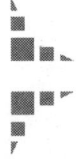 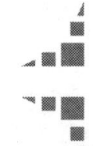

☐ இல்லாத ஒன்றுக்காய்
எத்தனைப் பலிபீடங்கள்
சாதி

☐ கூட்டிக்கழித்துப் பார்த்தால்
குப்பையும் கூழமுமாய்
இந்திய ஜனநாயகம்

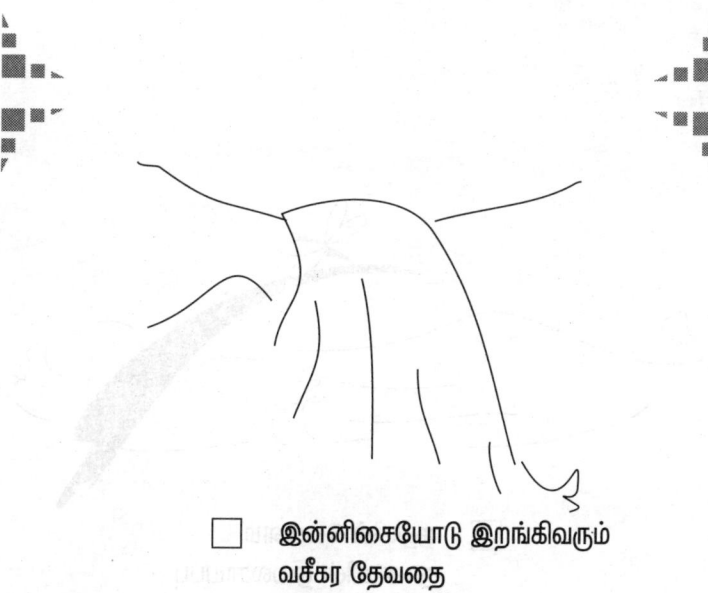

☐ இன்னிசையோடு இறங்கிவரும்
வசீகர தேவதை
அருவி

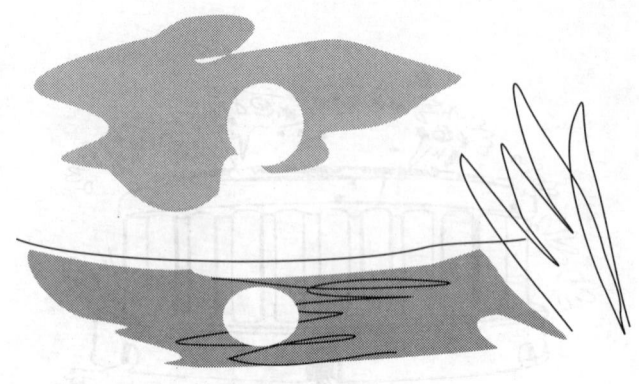

☐ தெளிந்த புனல்
தேடிவந்த நிலா
புன்னகைக்கும் தாழை

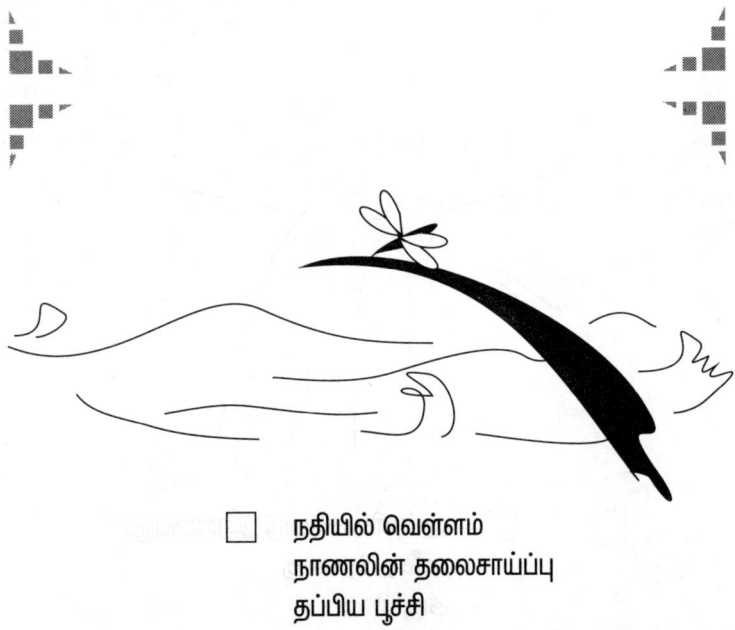

☐ நதியில் வெள்ளம்
நாணலின் தலைசாய்ப்பு
தப்பிய பூச்சி

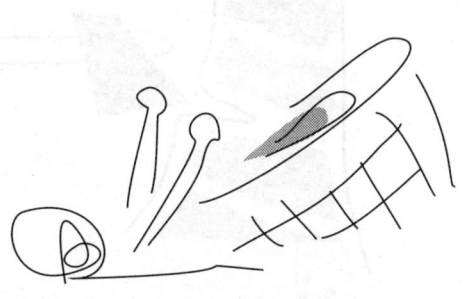

□ இசையின் அதிர்வு
கண்திறந்தார் கடவுள்
மின்சார மேளம்

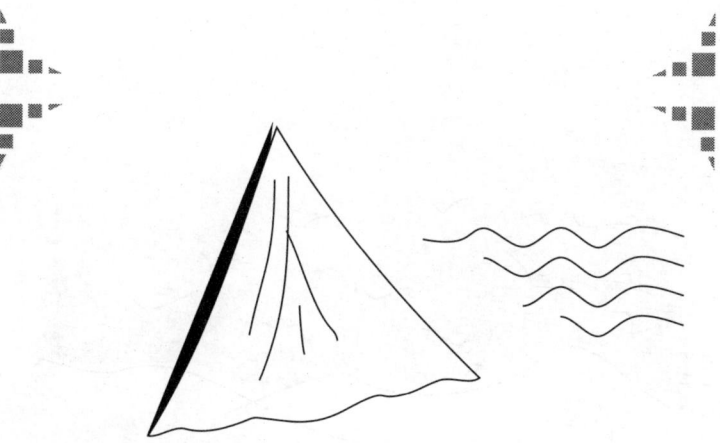

□ தென்றலே போ...
திரைதாண்டி நுழையாதே
குழந்தையின் துயில்

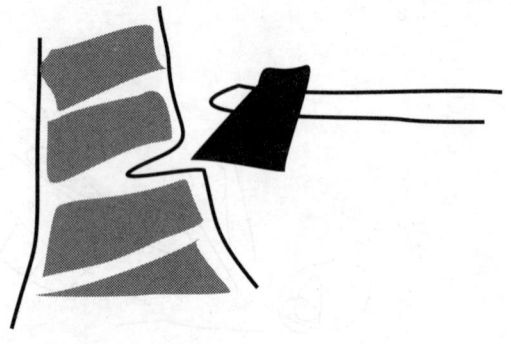

☐ கருகிப்போன தென்னைக்கு
கருணையாக நிவாரணம்
கோடாரி

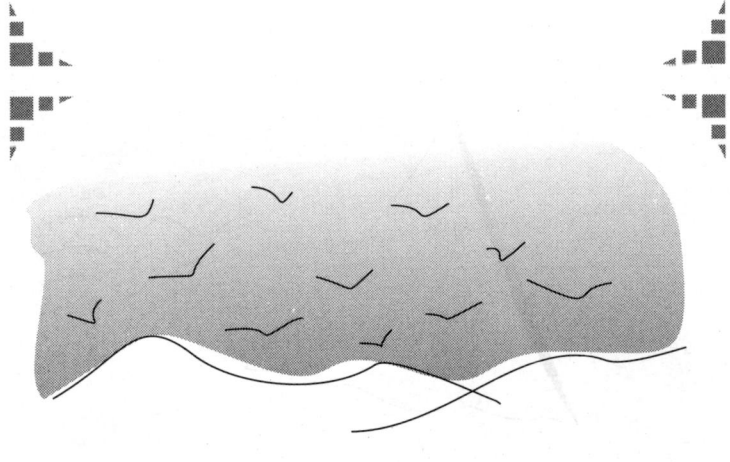

☐ மாலை வந்தால் போதும்
ஒரே ரணகளம் தான்
செவ்வானம்

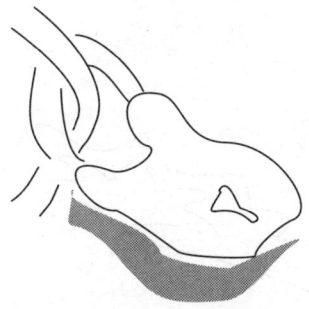

□ பூட்டிய பூட்டை
இழுத்திழுத்துப் பார்த்தது
நழுவிய நம்பிக்கை

□ பிறை நிலாக்களைப்
பிரசவிக்கும் தாய்
நகம் வெட்டி

☐ இருந்தால்தானே போட
உனக்கெதற்கு ஒட்டியானம்?
இல்லா இடை

☐ ஊர்க்கூடி மகிழ
உதைபட்டு உழல்கிறேன்
கால்ப்பந்து

□ மானத்தமிழனின் வீரம்
  அடையாளப்படுத்து
  மாவீரன் பிரபாகரன்

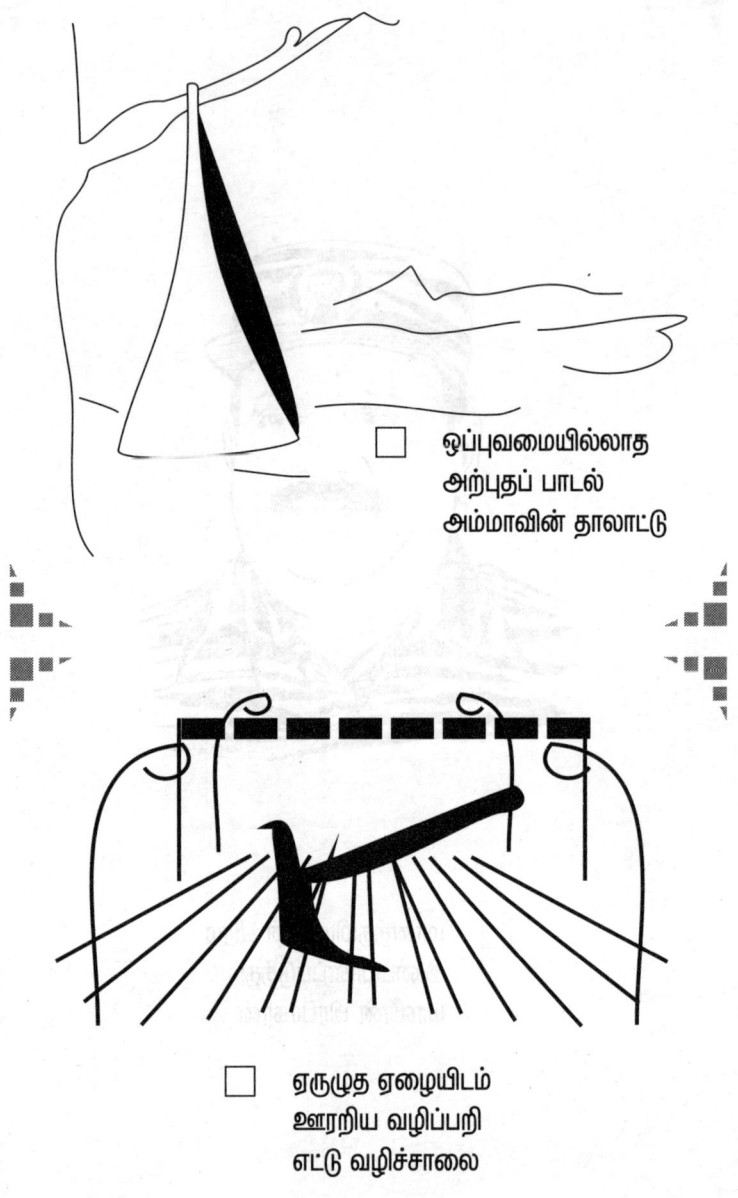

☐ ஒப்புவமையில்லாத
அற்புதப் பாடல்
அம்மாவின் தாலாட்டு

☐ ஏருழுத ஏழையிடம்
ஊரறிய வழிப்பறி
எட்டு வழிச்சாலை

☐ உன்னிலிருந்து தான்
உன்னதம் பெற்றது பாரதி
மீசை

☐ ஈடில்லாப் பொருத்தம்
ஏலக்கடை எதிரில்
வாக்குச்சாவடி

☐ உலக அதிசயங்கள்
ஒவ்வொன்றிலும் மணக்கிறது
வியர்வை வாசம்

☐ பொக்கைவாய் திறக்க
பொல பொலவெனக் கவிதைகள்
மழலைச் சிரிப்பு

☐ ஒருநாள் மழைக்கா
இத்தனை இசைக் கும்மாளம்?
தவளை!

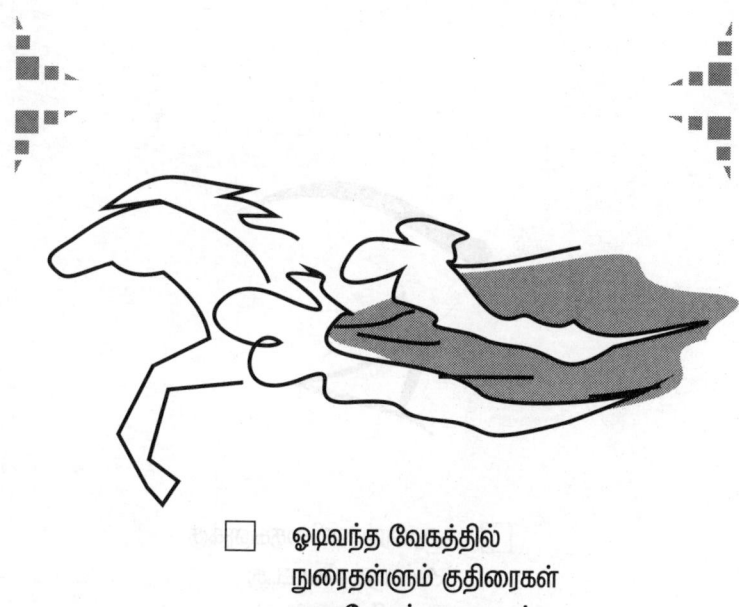

☐ ஓடிவந்த வேகத்தில்
நுரைதள்ளும் குதிரைகள்
கரையேறும் அலைகள்

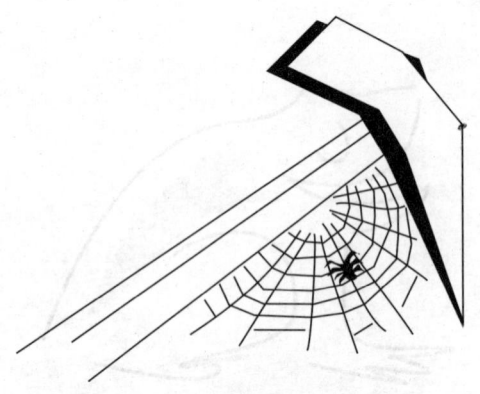

☐ முண்டியடித்து முதல் வரிசையில்
ஏழை விவசாயி
இலவச அரிசி

☐ ஆயிரம் கவிதைகளுக்கு
அச்சாரம் போட்டது
அவளின் ஓரப்பார்வை

☐ தாத்தா வைத்த மரம்
உயர்ந்த கம்பீரம்
பேரம் பேசும் பேரன்

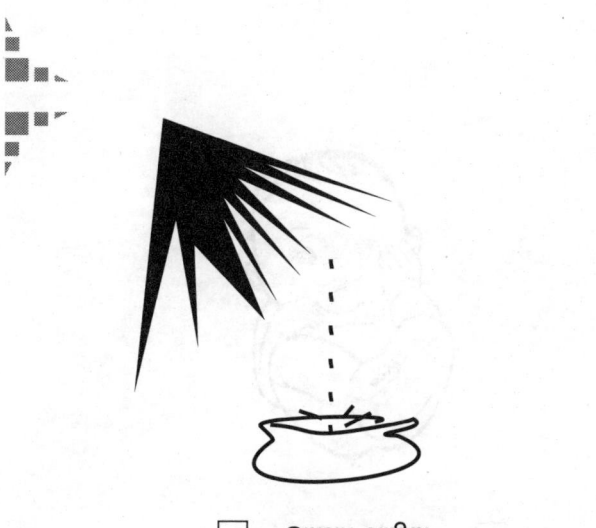

☐ ஒட்டிய வயிறு
ஒழுகிடும் கூரை
கண்ணீர்த் தேசம்

☐ சிறை உள்ளேயா?
வெளியேயா?
சாளரம்

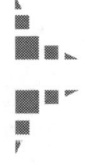 

☐ அமிழ்தம் பொங்கும்
அட்சயப் பாத்திரம்
குழந்தை

☐ வசந்தம் நோக்கிய
வருண தவம்
முதிர்கன்னி

☐ பிச்சைப் புகினும்
கற்கை நன்றாமே...
கற்றபின்?

☐ அடிவாங்கியது குழந்தை
விம்மி அழுதது
பொம்மை

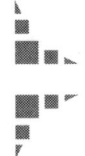 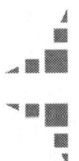

☐ ஒவ்வொரு சிரிப்பினுள்ளும்
ஒலிக்கிறது
ஆயுள் நீட்டிப்பு மந்திரம்

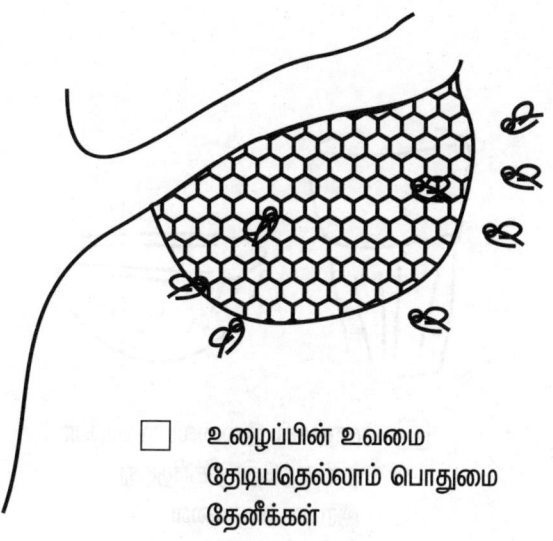

☐ உழைப்பின் உவமை
தேடியதெல்லாம் பொதுமை
தேனீக்கள்

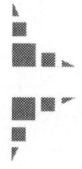 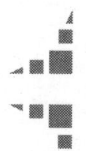

☐ நனைந்தது குழந்தை
தும்மினாள் அன்னை
தாய்மை

- சாதிகள் இல்லையடி பாப்பா...
  ஏளனத்தோடு சிரித்தது
  இரட்டைக்குவளை

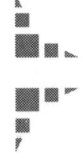 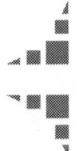

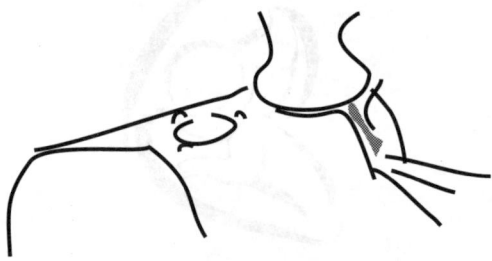

- கருவறைக்குச்
  சற்றும் சளைத்ததல்ல
  அம்மாவின் அடுக்களை

☐ மெய்மறந்து பேசுகின்ற
மேன்மைமிக்க இடம்
நீதி மன்றம்

☐ தற்கொலை முயற்சியில்
தங்கத்தமிழ்
ஊடகங்களின் உபயம்

☐ தூறலே சற்றே நீ
   தூரப்போ
   வாசலில் வண்ணக்கோலம்

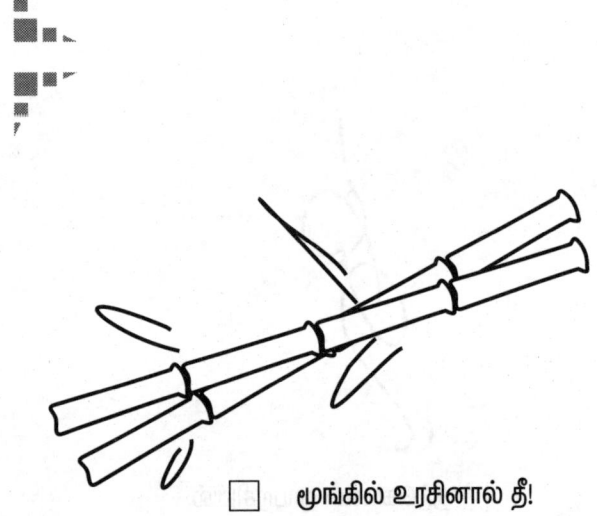

☐ மூங்கில் உரசினால் தீ!
   மூடர் உரசினால்...?
   சாதீ!!

☐ ஆர்ப்பரிக்கும் கடல்
  ஆழ்கடலில் முத்து
  உழைப்பின் உன்னதம்

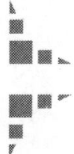 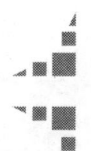

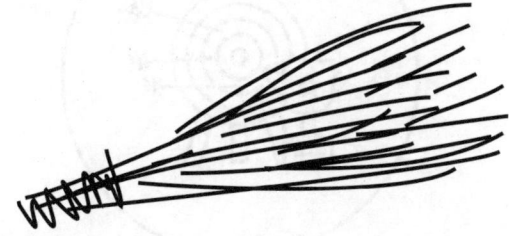

☐ கூவி விற்கும் விளக்குமாறில்
  குவிந்து கிடக்கிறது
  சுகாதாரம்

☐ அள்ளி வழங்கிய
அமைச்சரின் நன்கொடை
ஊழல் நெடி

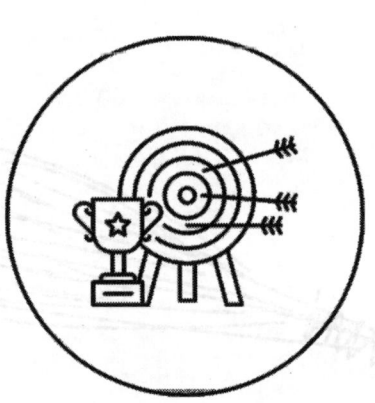

☐ எத்தனை முயன்றும்
என்னிடம் தோற்றோடியது
தோல்வி

□ குளித்து முடித்த கார்முகில்
கூந்தல் உலர்த்துகிறது
சாரல்

□ பரம்பரை பெருமை பேசி
பகட்டோடு உலவியது
தொட்டிக்குள் குட்டிமீன்

- தேனில் வார்த்தெடுத்த
  தெவிட்டாத தெள்ளமுதம்
  தீந்தமிழ்

- வயிற்றுக்குள் மின்சாரம்
  அப்புறம் ஏன் கண்ணிருட்டு
  பசி.

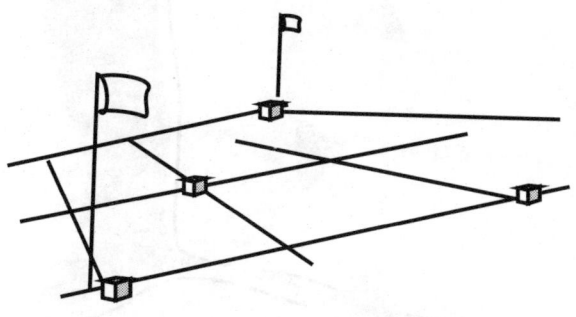

☐ விளையாவிட்டாலும்
விளைச்சல் விந்தை
வீட்டடி மனை

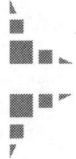 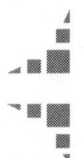

☐ வீடு கடந்த பொம்மைக்காரியின்
கூடை நிறைந்தது
குழந்தையின் ஏக்கம்

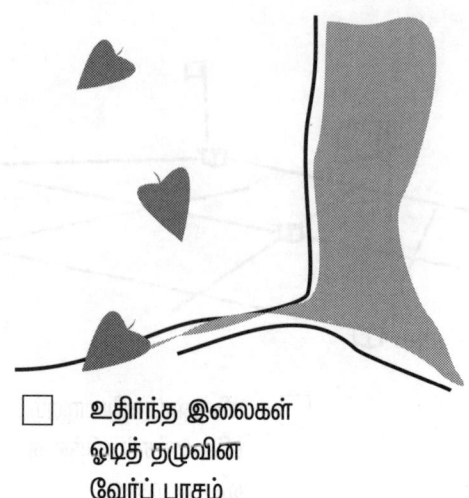

☐ உதிர்ந்த இலைகள்
ஓடித் தழுவின
வேர்ப் பாசம்

☐ ஒற்றைப் பனை
உச்சந்தலையில் ஒளிமகுடம்
நிலவு

☐ பிரம்மன் படைப்பில்
பிழையான கணக்கு
திருநங்கை

☐ உறங்கும் காட்டை
உசுப்பி மகிழ்ந்தது
ஒற்றை வானம்பாடி

☐ வெற்றியை மறுதலிக்கும்
வீரிய நஞ்சு
சோம்பல்

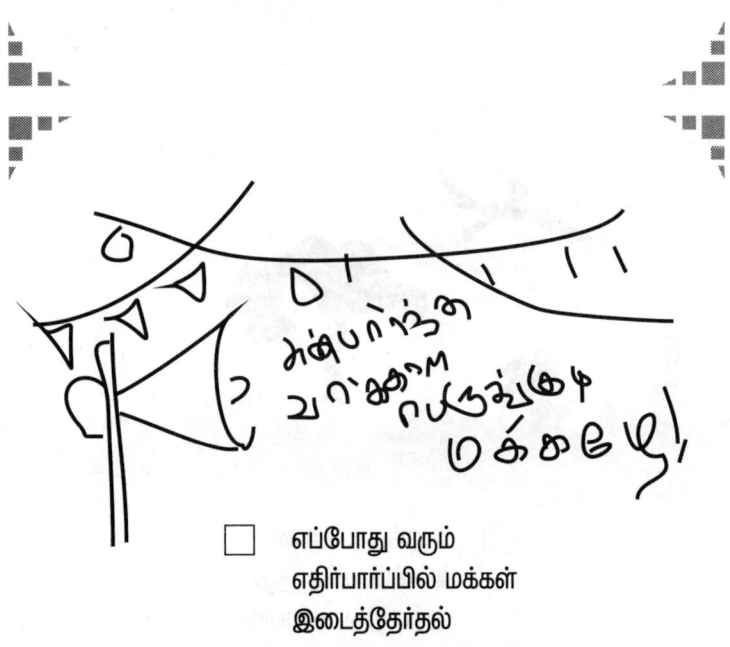

☐ எப்போது வரும்
எதிர்பார்ப்பில் மக்கள்
இடைத்தேர்தல்

☐ அந்தப்புரத் தடாகம்
அழகுராணி குளியல்
நிலவு

☐ முன்னிரவு நிலா
முடிசூட்டு விழா
பனி சுமக்கும் புல்வெளி

☐ இருட்கலைஞனின்
  அருங்கலைக்கூடம்
  இரவு வானம்

☐ கோடி மின்னலின்
  கூட்டுத் தொகுப்பு
  அதோ... அவள்!

☐ பார்த்துப் போ
பாதையெல்லாம் புதைகுழிகள்
டாஸ்மாக் கடைகள்

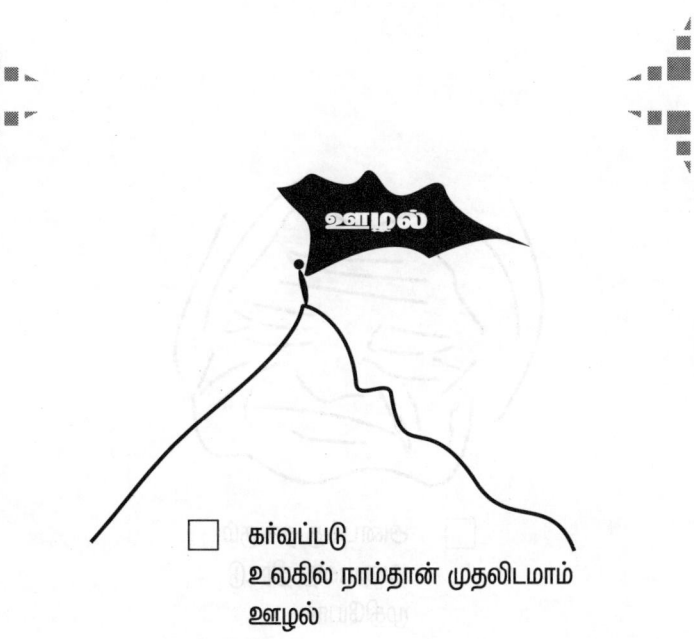

☐ கர்வப்படு
உலகில் நாம்தான் முதலிடமாம்
ஊழல்

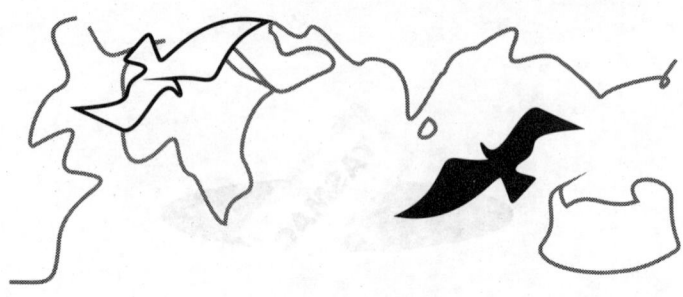

☐ யாதும் ஊரே
யாவரும் கேளீர்
நாமல்ல பறவைகள்

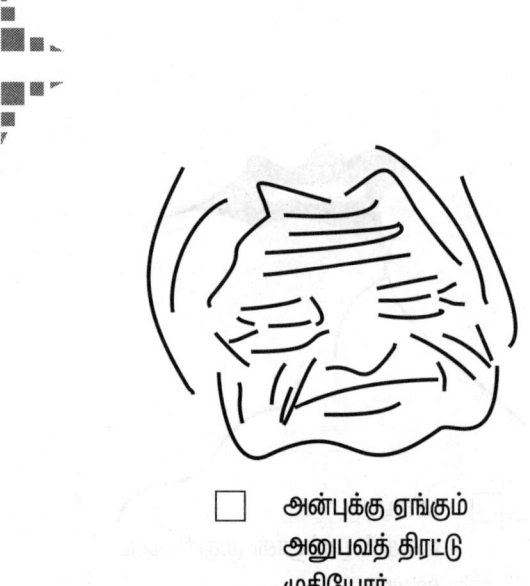

☐ அன்புக்கு ஏங்கும்
அனுபவத் திரட்டு
முதியோர்

☐ கழுதைகள் அல்ல
கண்மணிக் குழந்தைகள்
புத்தகச் சுமை

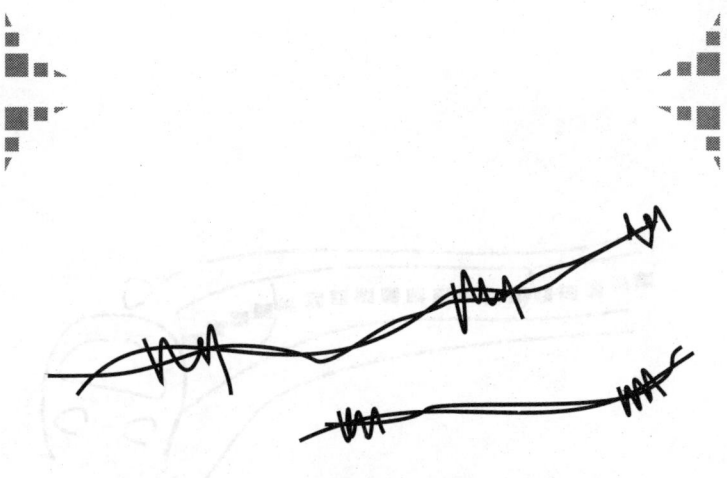

☐ அகதிகள் முகாமை
கடக்கும் போதெல்லாம் தெரிகிறது
நாம் ஈனத்தமிழன் என்று

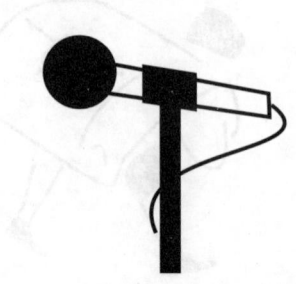

□ உரையாற்றிய தலைவர்
பொய் தவிர்த்தார் மீதமானது
நன்றி! வணக்கம்!

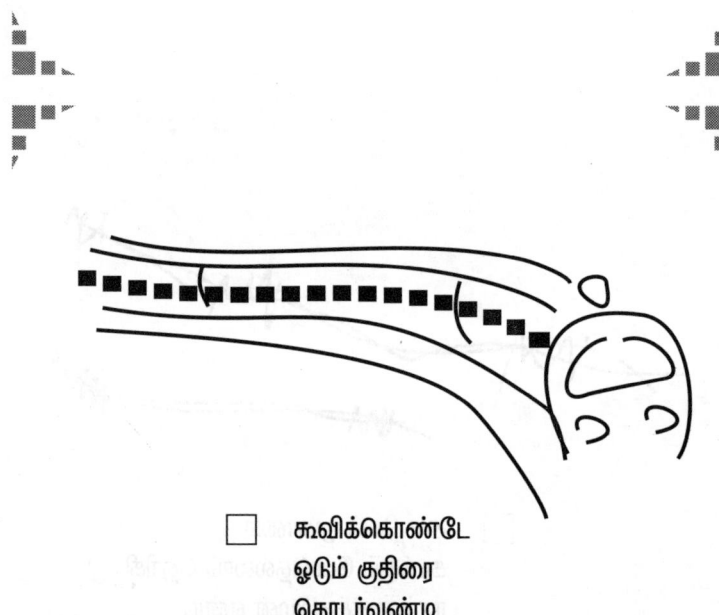

□ கூவிக்கொண்டே
ஓடும் குதிரை
தொடர்வண்டி

☐ தயங்காதே! குதி
தானாய்வரும் நீச்சல்
தன்னம்பிக்கை

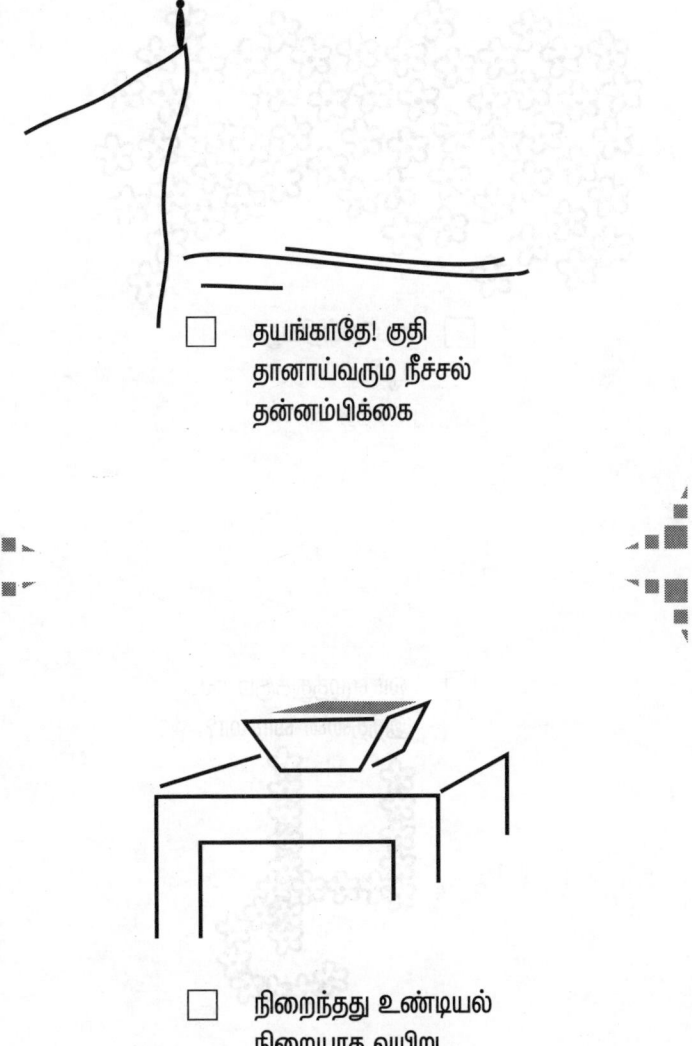

☐ நிறைந்தது உண்டியல்
நிறையாத வயிறு
வாசலில் மனிதன்

☐ பூப்பெய்தியது
　 பூமி...
　 வசந்த காலம்

☐ ஓர் எழுத்துக்கும் கூட
　 இத்தனை வாசமா?

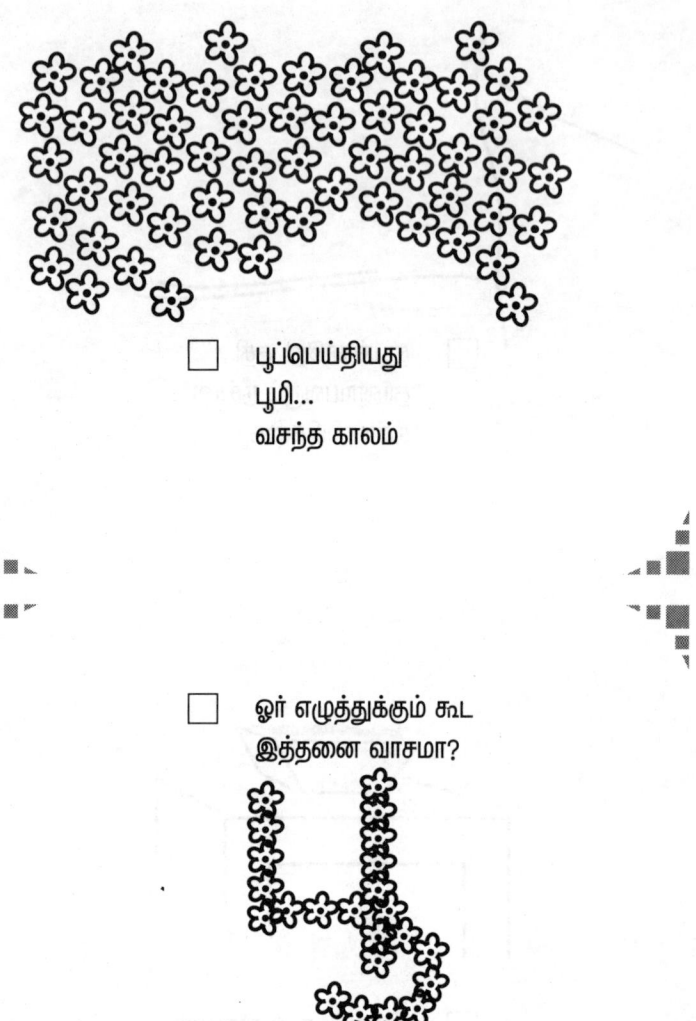

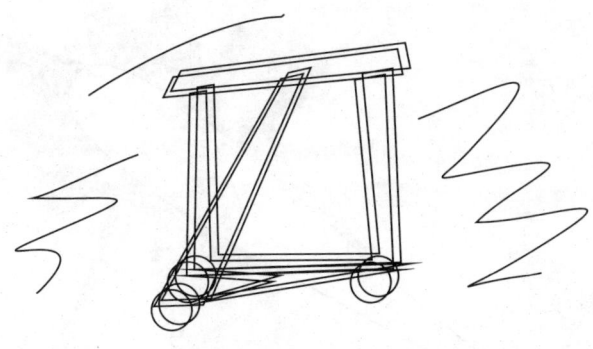

☐ வீறுநடை போடுதற்கு
வித்திட்ட ஆசான்
நடைவண்டி

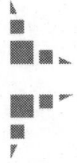 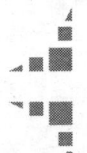

☐ ஆறுவயது பாரதிக்கு
அடர்த்தியான மீசை
மாறுவேடப் போட்டி

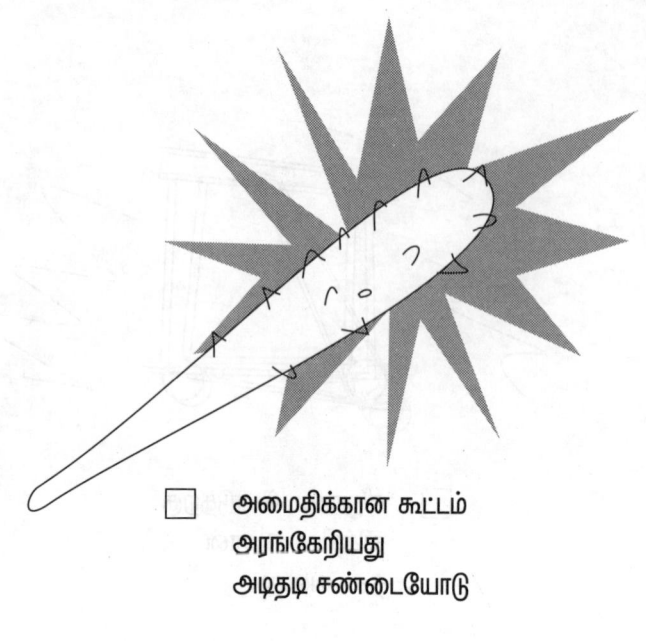

☐ அமைதிக்கான கூட்டம்
அரங்கேறியது
அடிதடி சண்டையோடு

☐ காருண்ய சீலர் அவர்
களிப்புடன் உண்பார்
காடைக்குழம்பு

- முதல் தேதியானாலே
  முட்டி முளைக்கிறது
  குட்டி போடும் வட்டி

- வெட்கப்பட்டு நிலவு
  விலகி ஓடியது
  அருகே அவள்

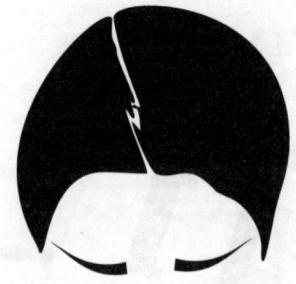

☐ கோணல் வகிடு
குட்டினால் அன்னை
மின்னல், இடி.

☐ பொறியியல் பயிலாத
பொடியன் வீடு
குருவிக்கூடு

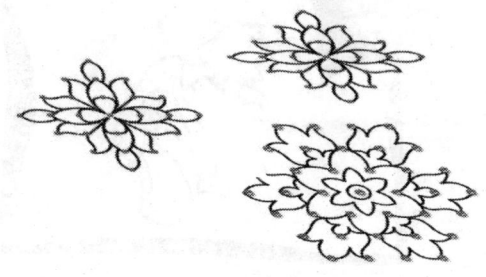

காலைநேரத் தெரு
கால் கூசுகிறது
எழில் கோலங்கள்

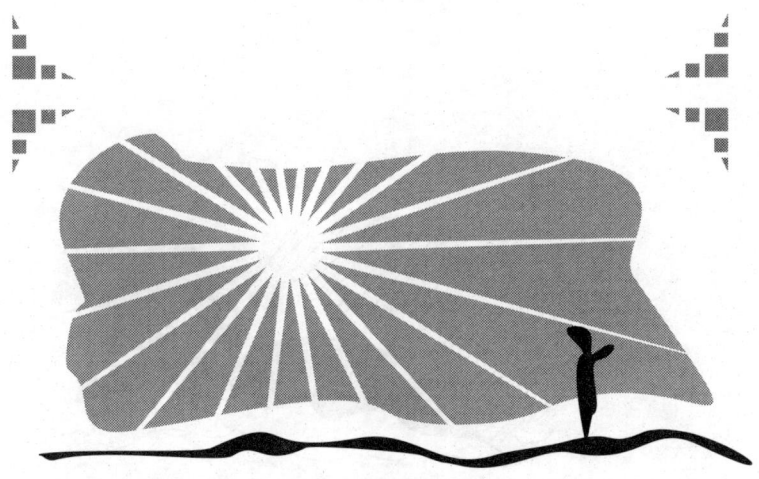

கொளுத்தும் வெயில்
நிழல் தேடி ஒதுங்கினான்
மரம்வெட்டி

☐ ஒட்டியவன் வயிறு போலவே
ஒட்டிக்கிடந்தது
சுவரொட்டி

☐ பொழிந்த மழையில்
புரண்டது வெள்ளம்
தூய்மையானது ஊர்

☐ சிற்றுளி என்று எண்ணாதீர்
சிதறி விழும்
மலை

☐ ஒவ்வொரு துளி மழைக்குள்ளும்
ஒளிந்து கொண்டிருக்கிறது
ஒரு கடல்

வானவில் தூரிகை

☐ பின்புலம் மட்டுமல்ல
அவளே பலம்
மனைவி

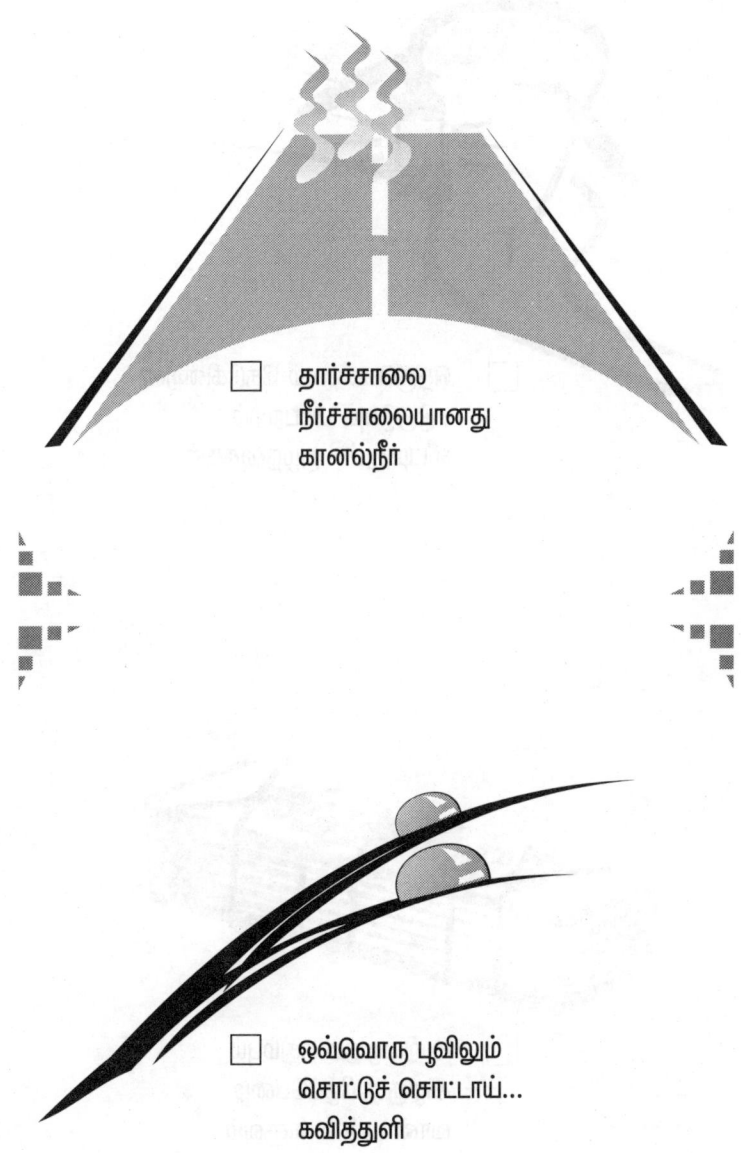

☐ தார்ச்சாலை
நீர்ச்சாலையானது
கானல்நீர்

☐ ஒவ்வொரு பூவிலும்
சொட்டுச் சொட்டாய்...
கவித்துளி

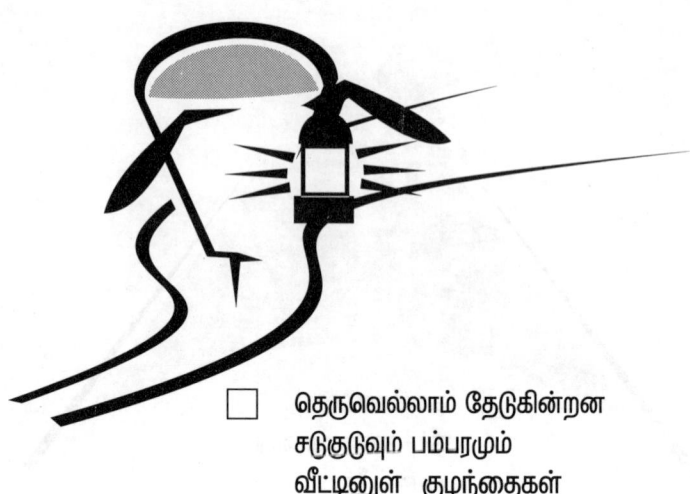

தெருவெல்லாம் தேடுகின்றன
சடுகுடுவும் பம்பரமும்
வீட்டினுள் குழந்தைகள்

அறிவமுதம் ததும்பும்
அழகு தமிழ்ப்பேழை
வான்புகழ் வள்ளுவம்

☐ இன்பத்தமிழ் மூன்றா?
இல்லை இல்லை... நான்கு
மழலை!

☐ இயற்கை வரையும்
எழிலோவியம்
வைகறை

□ மொட்டின் முறுவலில்
கொட்டியது வாசம்
பூத்துச் சிரித்த பூ

□ ஊருக்கெல்லாம் உபதேசம்
தானோ சிறைவாசம்
கூண்டுக்கிளி

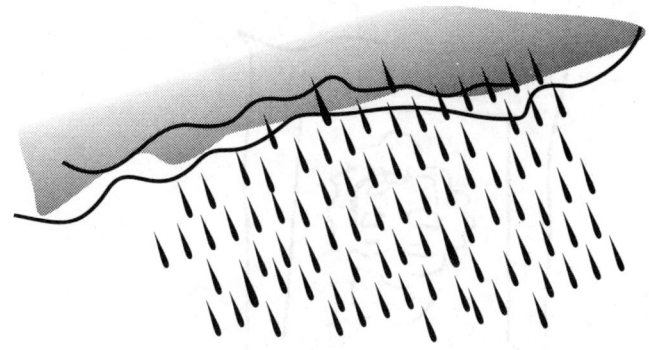

☐ நீர் நிறைந்த மேகக்குடம்
கல்லெறிந்தது யார்?
மழை

☐ தளதளக்கும் தளிர்கள்
தங்கமுலாம் பூசியதோ?
சூரிய விளையாட்டு

☐ காணவில்லை
சுவரொட்டியில் சிரிக்கிறார்
எங்கள் ஊர் எம்.எல்.ஏ.

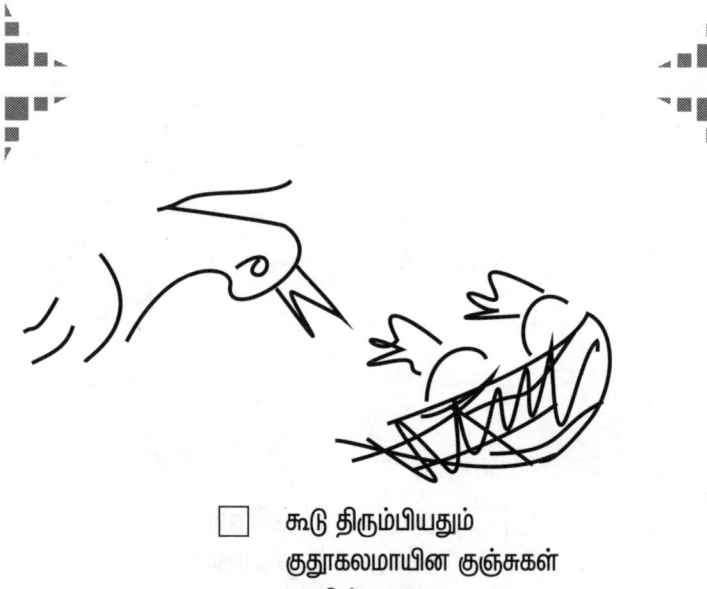

☐ கூடு திரும்பியதும்
குதூகலமாயின குஞ்சுகள்
தாயின் வருகை

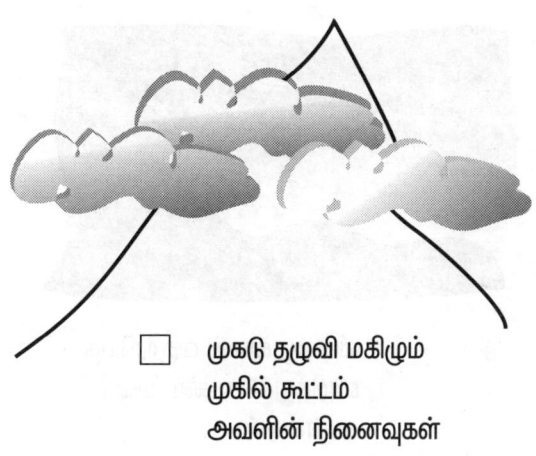

☐ முகடு தழுவி மகிழும்
 முகில் கூட்டம்
 அவளின் நினைவுகள்

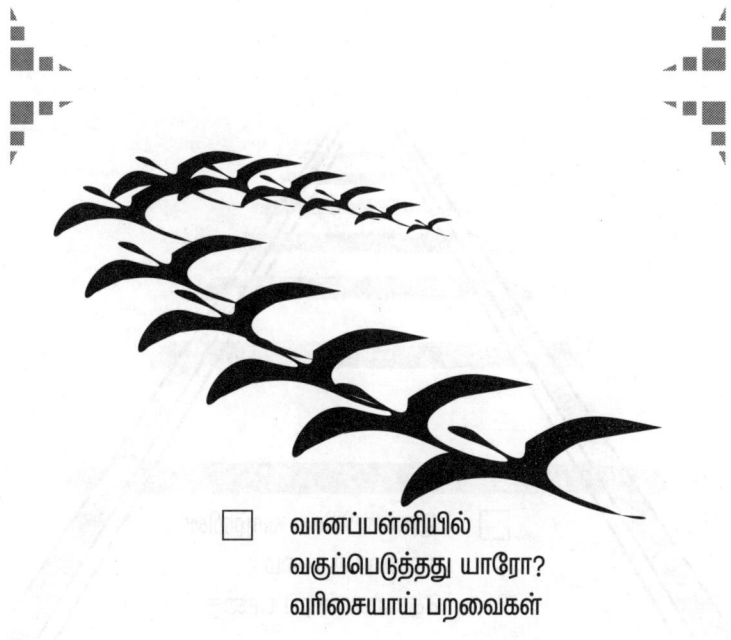

☐ வானப்பள்ளியில்
 வகுப்பெடுத்தது யாரோ?
 வரிசையாய் பறவைகள்

☐ விடியலுக்காய் வருந்தியது
விழித்துக்கொண்ட மனம்
கடன்காரன்

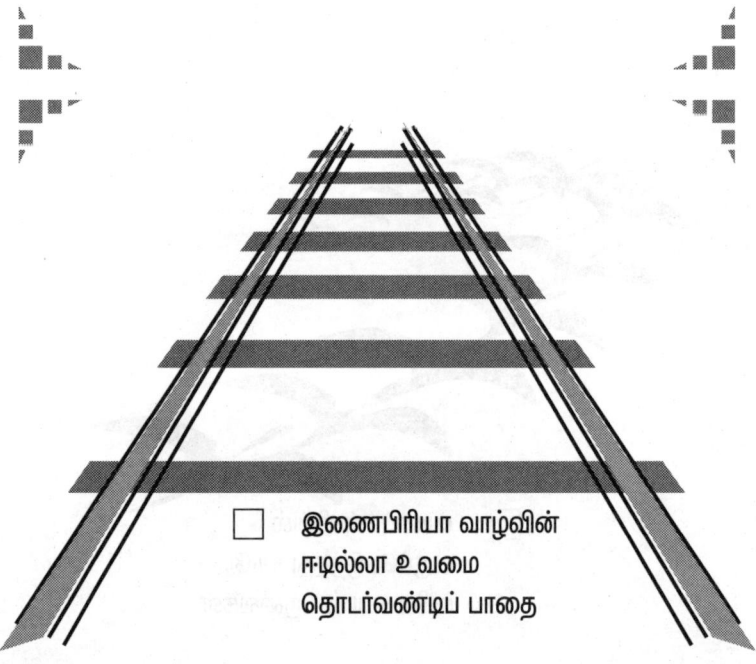

☐ இணைபிரியா வாழ்வின்
ஈடில்லா உவமை
தொடர்வண்டிப் பாதை

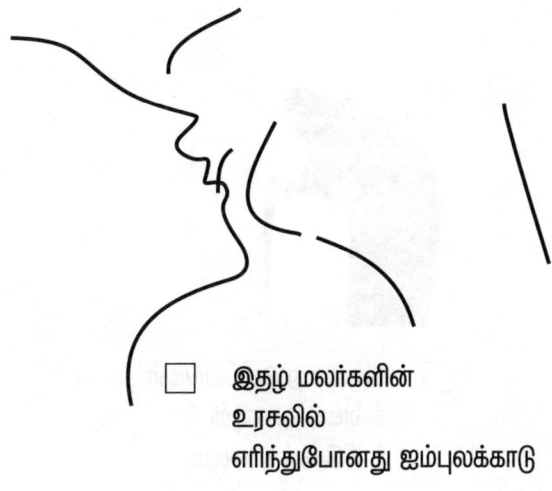

☐ இதழ் மலர்களின்
உரசலில்
எரிந்துபோனது ஐம்புலக்காடு

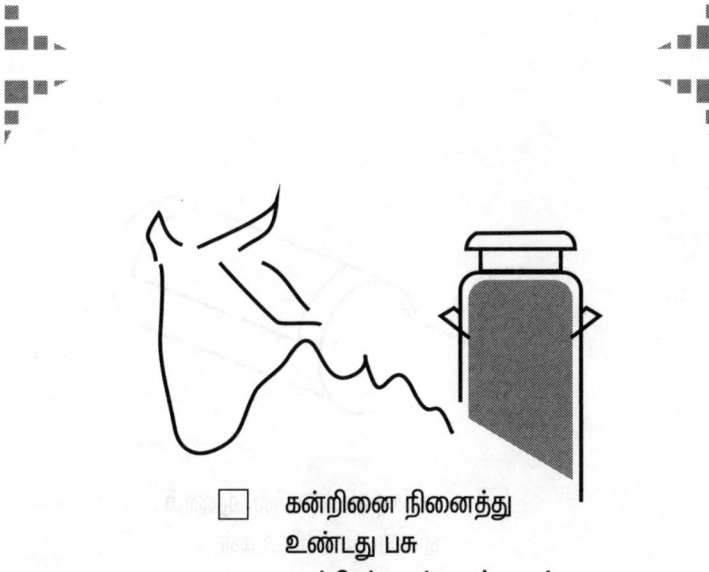

☐ கன்றினை நினைத்து
உண்டது பசு
பாத்திரத்துடன் பால்காரன்

☐ கருவறை தெய்வங்கள்
கலங்கி உலவுமிடம்
முதியோர் இல்லம்

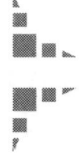

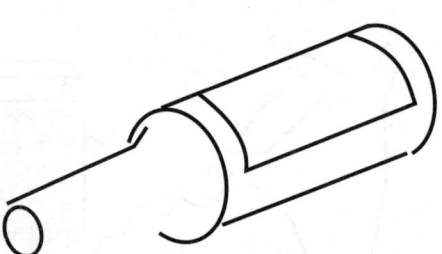

☐ மலிவு விலையில் மரணம்
விரையும் விட்டில்கள்
மதுபானக் கடை

☐ அறிவியல் புரட்சி
அருகிப் போயின
அஞ்சலட்டையும் குருவிகளும்

☐ ஒளிரும் இந்தியா
ஒளிந்து கொண்டிருக்கிறது
ஒப்பிலாச் சேரிகள்

- விழிச்சிப்பிகள்
  பிரசவித்த ஒளிமுத்துக்கள்
  கண்ணீர்

- முதற்சொல் போதித்த
  முத்தான வாத்தியார்
  அம்மா

கவிஞர். முல்லை நடவரசு

☐ உலாவரும் சிற்பம்
ஒதுங்கி நின்று ரசித்தது
உருவாக்கிய உளி

☐ வானக் கரும்பலகை
வரைந்தழிக்கும் ஓவியம்
மின்னல்

- [ ] பார்வைக்குப் புலப்படாத
  பண்ணிசை வித்தகன்
  காற்று

- [ ] பெருக்கித்தான் பார்க்கிறேன்
  மீண்டும் குப்பையாகிறது
  மனசு

கவிஞர். முல்லை நடவரசு

- இழந்ததைத் தேடினேன்
  எதிரில் நின்று சிரித்தது
  இளமை

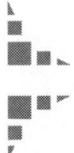

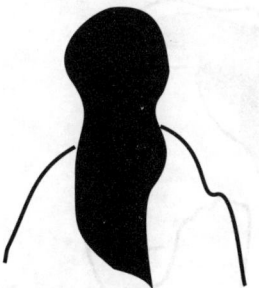

- சோலையை இழந்த குயில்
  சோகம் இசைக்கிறது
  கைம்பெண்

☐ வந்து வந்து போகிறதே
வானிலும் மின்வெட்டா?
மின்னல்

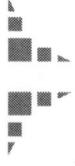

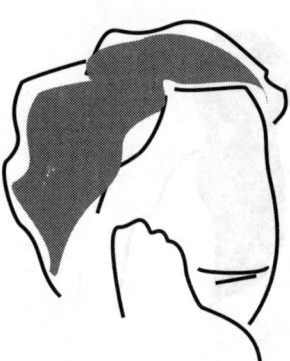

☐ வீரியப் பேச்சை
வெல்லும் ஆயுதம்
மௌனம்

☐ இரவுத்தாய் ஈன்றெடுத்த
எழிற்பிள்ளை
காலைக் கதிரவன்

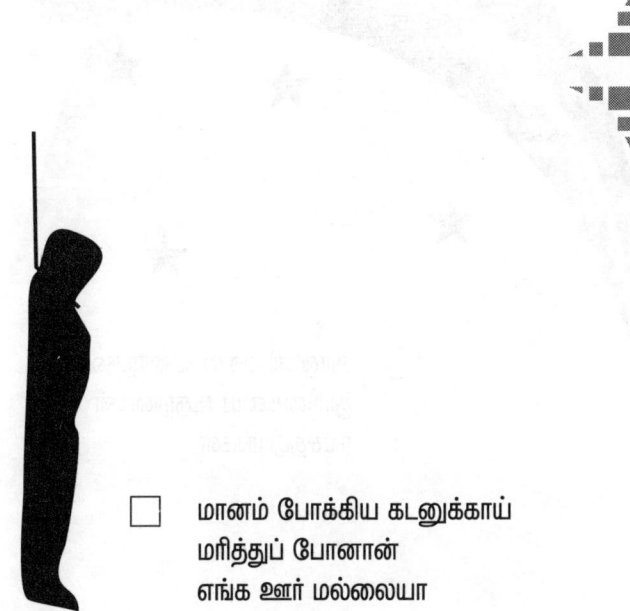

☐ மானம் போக்கிய கடனுக்காய்
மரித்துப் போனான்
எங்க ஊர் மல்லையா

☐ வானவில்லை வரைந்தவன்
தூரிகையை உதறினான்
நட்சத்திரங்கள்

☐ கற்பனைகளின்
விற்பனைச் சந்தை
இரவு வானம்

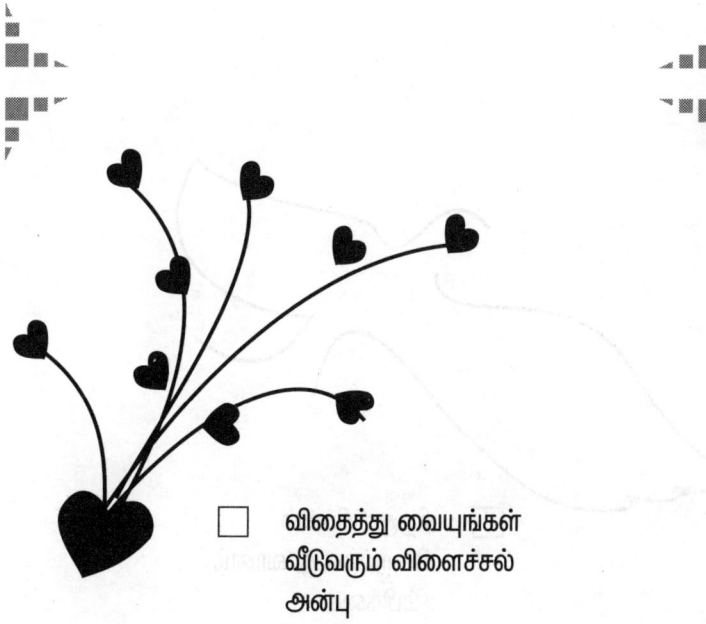

☐ விதைத்து வையுங்கள்
வீடுவரும் விளைச்சல்
அன்பு

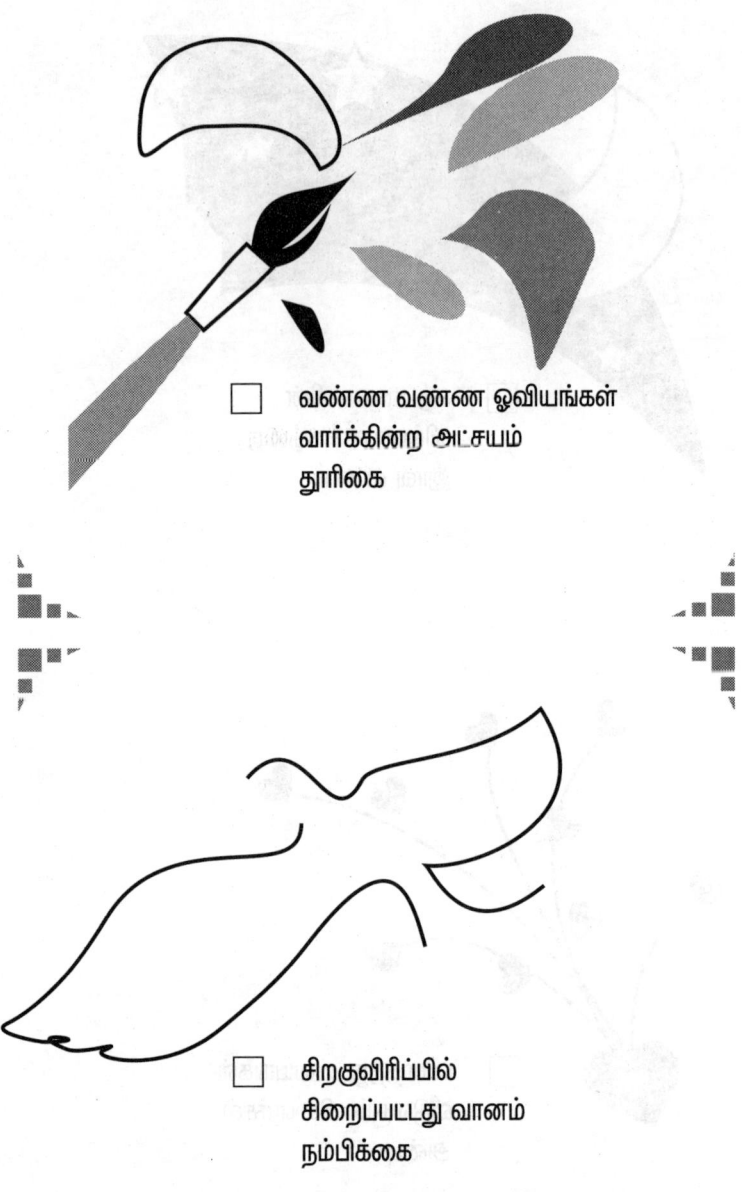

☐ வண்ண வண்ண ஓவியங்கள்
வார்க்கின்ற அட்சயம்
தூரிகை

☐ சிறகுவிரிப்பில்
சிறைப்பட்டது வானம்
நம்பிக்கை

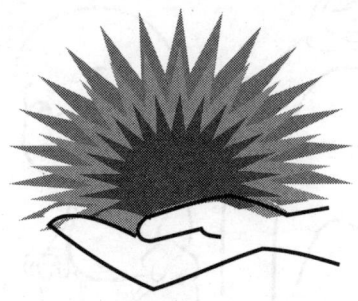

☐ ஏந்திய கரங்கள்
கொடுத்துவிட்டு ஏறிட்டேன்
ஆயிரம் தீபாவளி

☐ ஊரை ஒதுக்கிவிட்டு
ஓடிப் போனது
நான்கு வழிச்சாலை

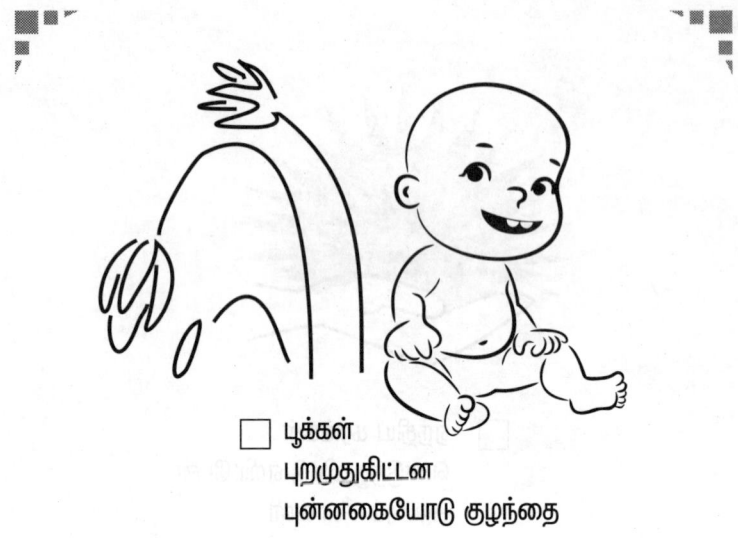

☐ பூக்கள்
புறமுதுகிட்டன
புன்னகையோடு குழந்தை

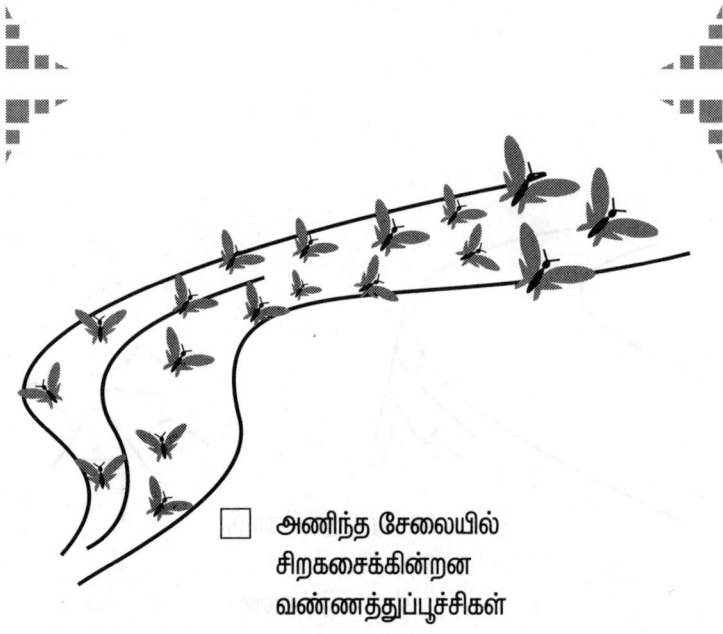

☐ அணிந்த சேலையில்
சிறகசைக்கின்றன
வண்ணத்துப்பூச்சிகள்

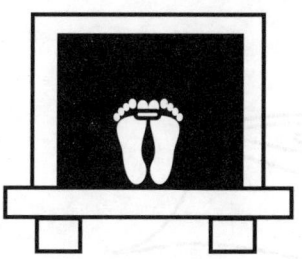

□ எட்டடியும் சொந்தமில்லை
எளிதில் உணர்த்தியது
மின்மயானம்

□ அடுக்குமாடிக் குழந்தை
தனியே பாடியது
ஓடி விளையாடு பாப்பா...

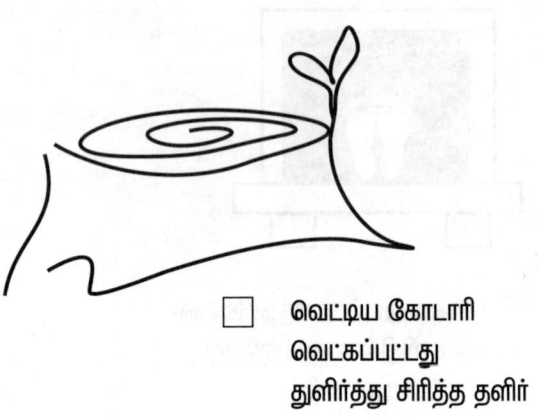

☐ வெட்டிய கோடாரி
வெட்கப்பட்டது
துளிர்த்து சிரித்த தளிர்

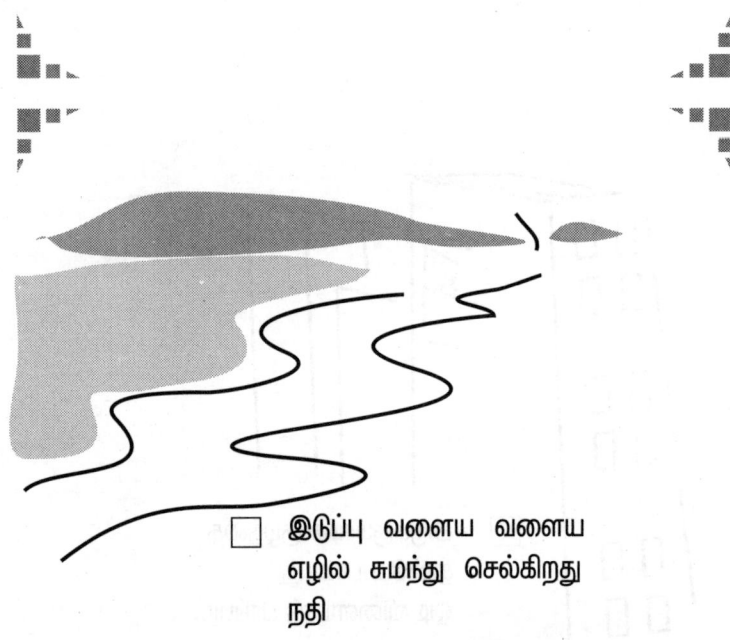

☐ இடுப்பு வளைய வளைய
எழில் சுமந்து செல்கிறது
நதி

☐ ஆடை மாற்றும் போதெல்லாம்
திருப்பி வைக்கிறாள்
மீசைக்கார பொம்மை

☐ வந்த சாரல்
வாசல் தெளித்து மகிழ்ந்தது
மூதாட்டி வீடு

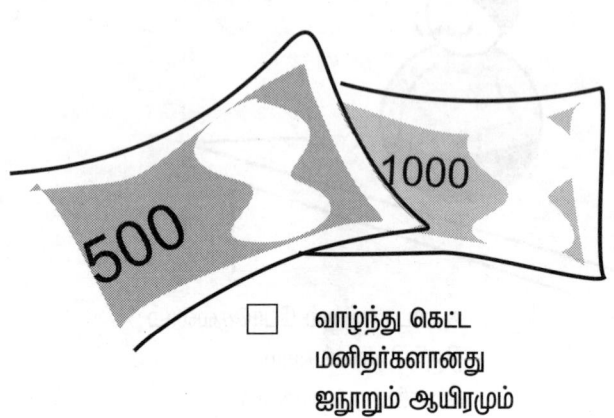

☐ வாழ்ந்து கெட்ட
மனிதர்களானது
ஐநூறும் ஆயிரமும்

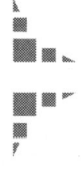 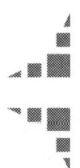

☐ தண்ணீருடன் மிதப்பதால்
தறிகெட்டு அலைகிறதோ
வான்மேகம்

கவிஞர். முல்லை நடவரசு

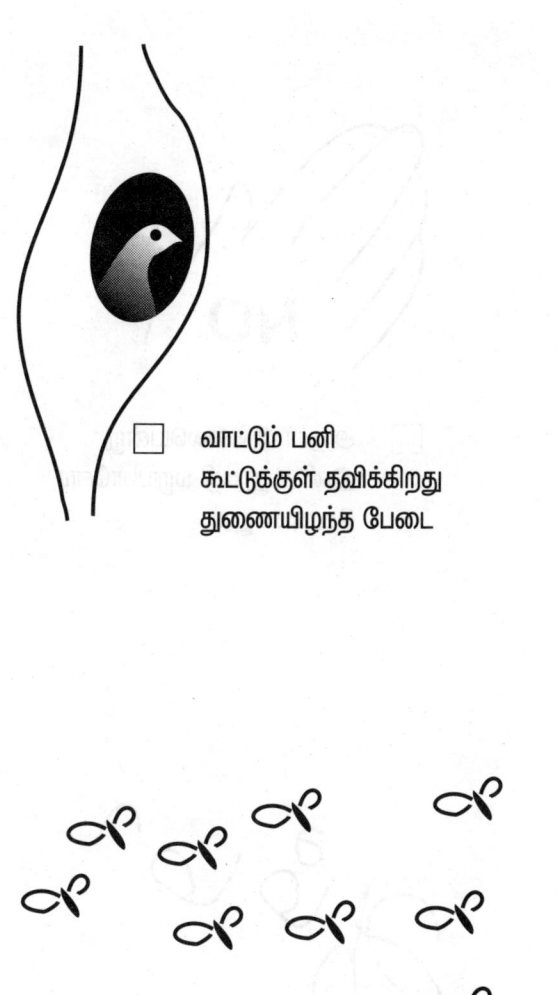

☐ வாட்டும் பனி
கூட்டுக்குள் தவிக்கிறது
துணையிழந்த பேடை

☐ ஒருநாள் வாழ்வாயினும்
ஓடிப்பறந்து உல்லாசமாய்
ஈசல்

வானவில் தூரிகை

☐ ஆதார் இல்லையென்று
இனி அனுமதி மறுப்பானோ
வெட்டியானும்

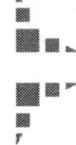 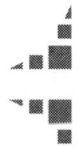

☐ தப்புத்தப்பாய் எழுதியும்
தமிழ் இனித்தது
குழந்தையின் கையெழுத்து

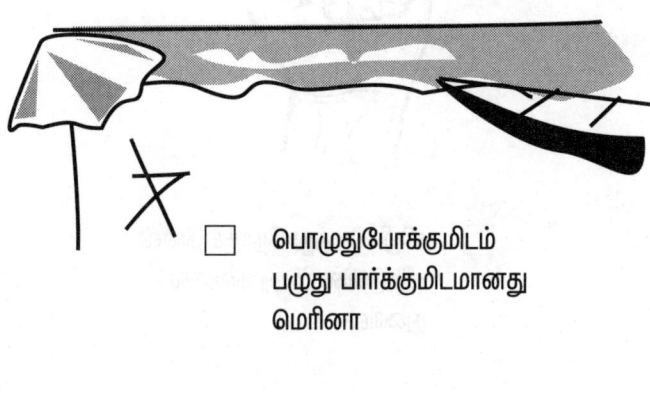

☐ பொழுதுபோக்குமிடம்
பழுது பார்க்குமிடமானது
மெரினா

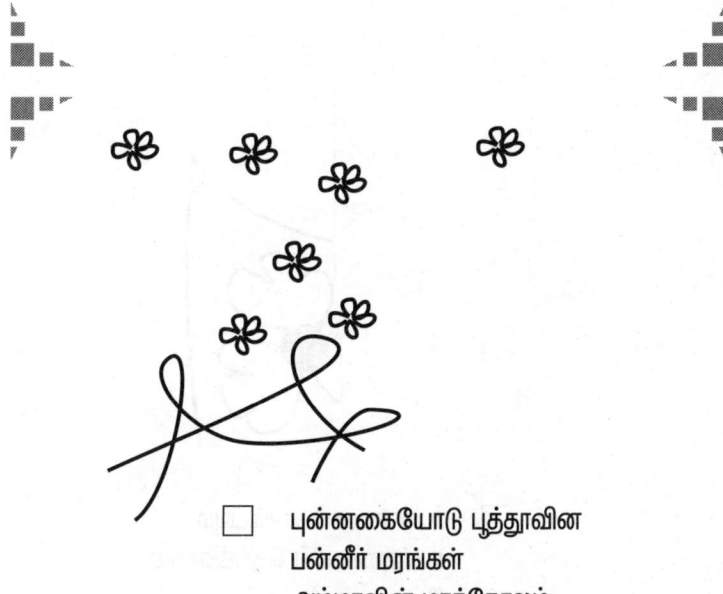

☐ புன்னகையோடு பூத்தூவின
பன்னீர் மரங்கள்
அம்மாவின் மாக்கோலம்

☐ விழி சிவந்து நோக்கினேன்
விட்டுவிலகியது கவலை
துணிவு

☐ உண்மைகளை விடவும்
உண்மையாய் தெரிகின்றன
போலிகள்

☐ பிறவிப் பேரின்பம்
 மெய் மறந்தாள்
 பாலூட்டும் அன்னை

☐ நீரூற்றி என்ன பயன்?
 அணைய மறுக்கிறதே
 பசித் தீ

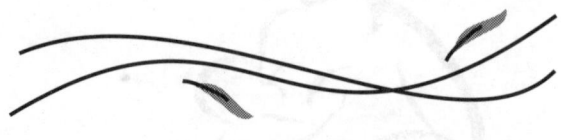

☐ வீசும் காற்றுக்குள்
எங்கோ ஒளிந்திருக்கிறது
இனிய தென்றல்

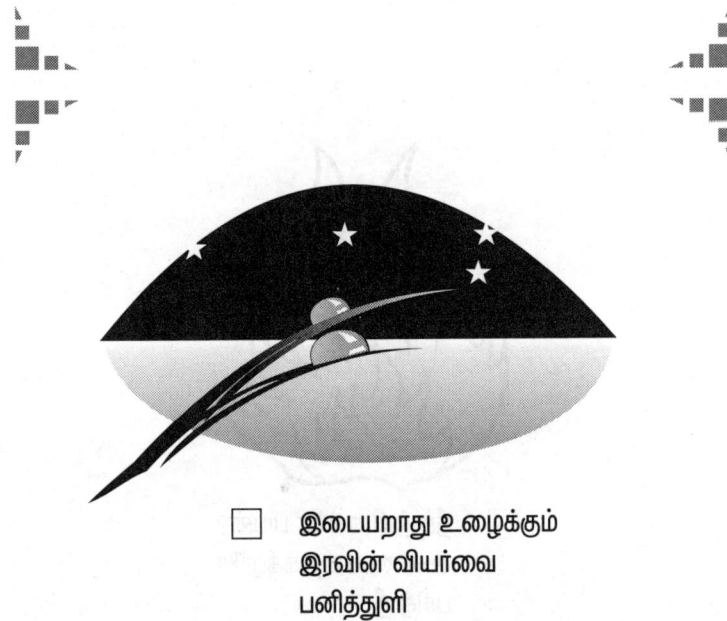

☐ இடையறாது உழைக்கும்
இரவின் வியர்வை
பனித்துளி

- பனி கொட்டும் நள்ளிரவு
  எப்படி தாங்கி இருக்கும்
  அந்த வண்ணத்துப்பூச்சி?

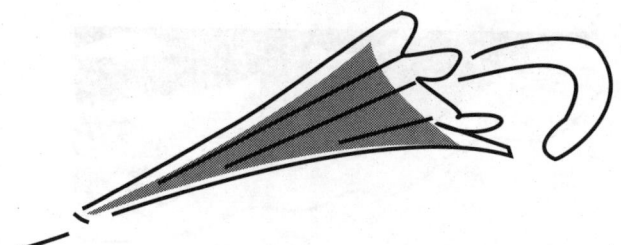

- விரைந்து வா மழையே...
  வெளியே செல்ல வேண்டும்
  வீட்டுக்குள்ளிருக்கும் குடை

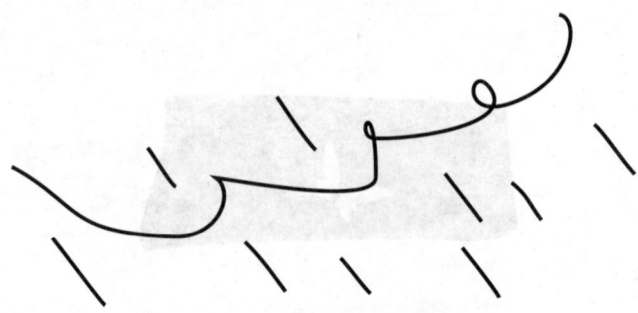

☐ பிழிந்தால் மழை
உதறினால் சாரல்
துவைக்கப்பட்ட மேகம்

☐ முற்றுப்பெறாத
கடலின் கவிதை
அலைகள்

☐ நானும் கூட ஒருவகையில்
கல்வித் தந்தைதான்
தெருவிளக்கு

☐ கடும்பனி இரவிலும்
காடுகாத்து நிற்கின்றன
காவல் பொம்மைகள்

வானவில் தூரிகை

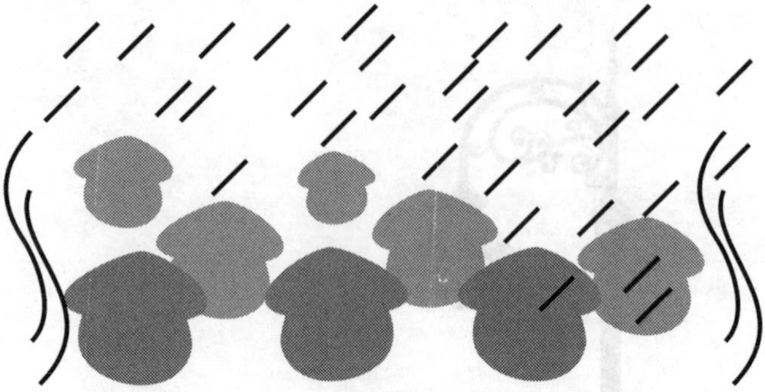

☐ கொட்டும் தொடர் மழை
 குளிரில் நடுங்குகின்றன
 நனைந்த குடிசைகள்

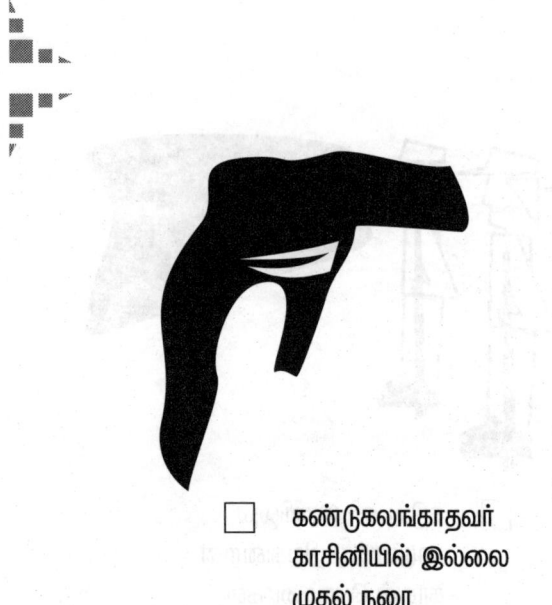

☐ கண்டுகலங்காதவர்
 காசினியில் இல்லை
 முதல் நரை

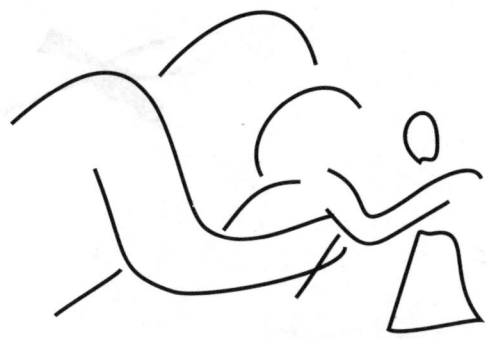

☐ அம்மாவைப் போலவே
அரவணைத்தபடி தூங்குகிறது
பொம்மையுடன் குழந்தை

☐ கண்சிமிட்டும் நேரந்தான்
கைநழுவிப் போனது
வாழ்வின் இளமை

தோப்புகளிடையே
தோரணம் கட்டுகின்றன
பாடும் குயில்கள்

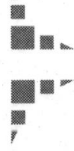
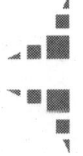

விடுமுறை என்றாலே
வறுமையும் வெறுமையும் தான்
பள்ளிமுன் பாட்டி கடை

☐ பேரம் பேசியதில்
பூவோடு வதங்கினாள்
பூ விற்கும் பூவை

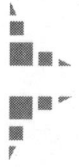 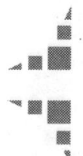

☐ பொழுதொன்று போய்மறைய
யுகமொன்று ஆகிறது
உழைக்கும் ஏழை

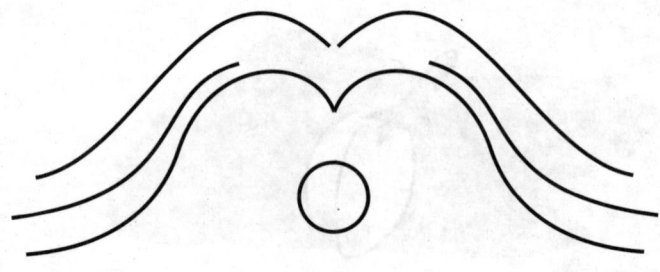

☐ குளித்து அழகாய்ப் பொட்டிட்டது
கிழக்கு வானம்
காலைச் சூரியன்

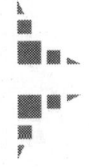 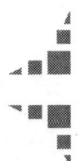

☐ காரியம் முடித்தால்தான்
காணிக்கை என்றான் கறாராக
அரசியல் பக்தன்

☐ கடலுக்கு வயிற்றுவலி
கண்டபடி உண்டதோ?
காற்றழுத்தத் தாழ்வு மண்டலம்

☐ காற்றுதைத்து விளையாடும்
கால்பந்து
நகரும் வான்மேகம்

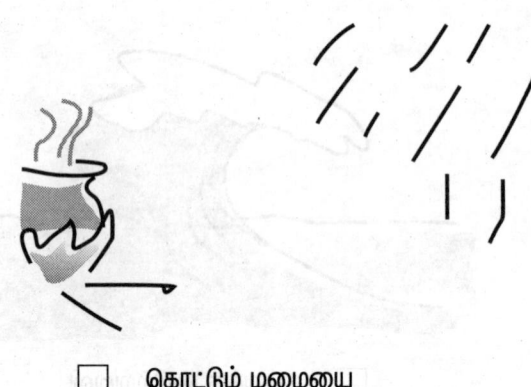

☐ கொட்டும் மழையை
ஏக்கத்தோடு எட்டிப் பார்க்கிறது
கொதிக்கும் உலை நீர்

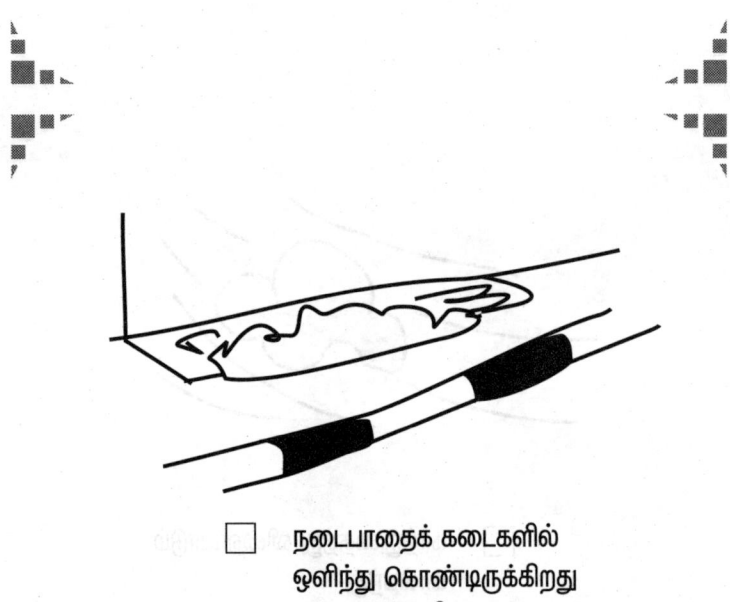

☐ நடைபாதைக் கடைகளில்
ஒளிந்து கொண்டிருக்கிறது
ஏழைகளின் தீபாவளி

- ஆங்கிலம் பேச ஆசைப்படும்
 தாத்தா பாட்டி
 தமிழறியாப் பேரப்பிள்ளைகள்

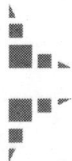 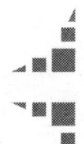

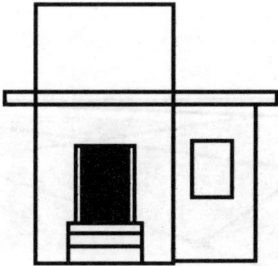

- கட்டி முடித்துக்
 களிப்போடு குடியேறினால்
 உடன் குடியேறியது கடன்

☐ தனித்து விடப்பட்ட சாமி
ஓடிவந்து இடம் பிடித்தார்
அன்னதான விருந்து

☐ பச்சை மரகதப்பட்டில்
பருவமடைந்தது பூமி
மழையின் சீதனம்

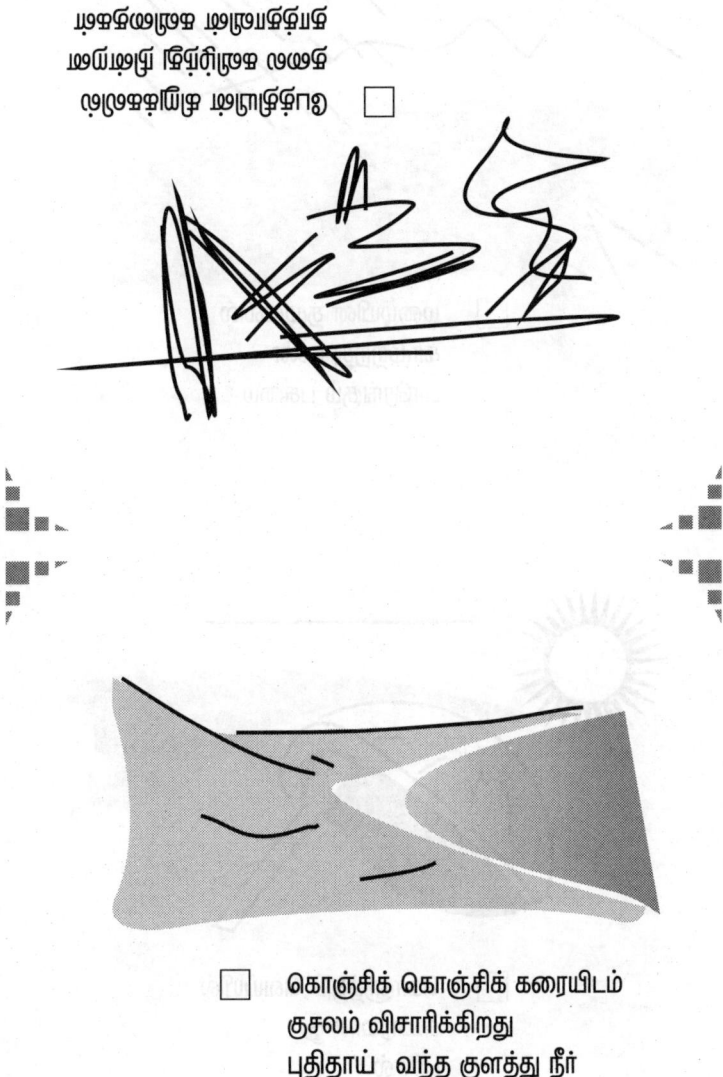

பேத்தியின் கிறுக்கலில்
தலை கவிழ்ந்து நின்றன
தாத்தாவின் கவிதைகள்

கொஞ்சிக் கொஞ்சிக் கரையிடம்
குசலம் விசாரிக்கிறது
புதிதாய் வந்த குளத்து நீர்

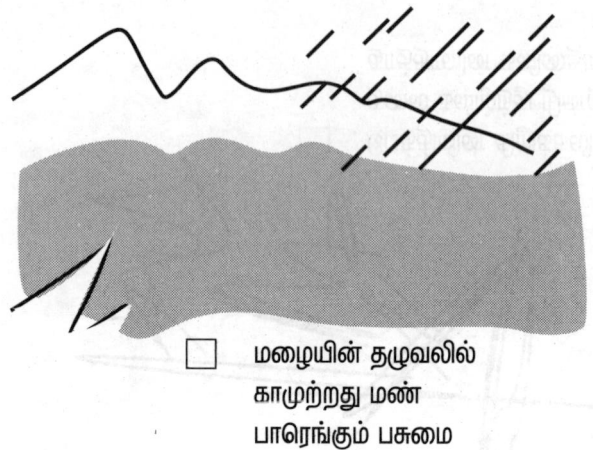

☐ மழையின் தழுவலில்
காமுற்றது மண்
பாரெங்கும் பசுமை

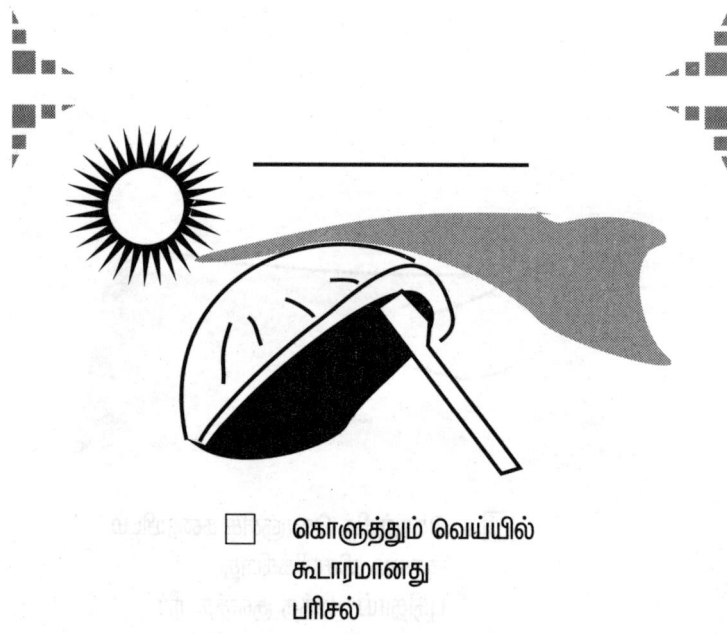

☐ கொளுத்தும் வெய்யில்
கூடாரமானது
பரிசல்

கவிஞர். முல்லை நடவரசு

☐ துரத்திப் பிடிக்கும் விளையாட்டு
தோல்வியின்றித் தொடர்கிறது
இரவு பகல்

 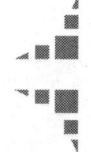

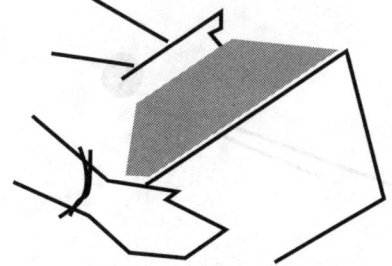

☐ அம்மா தேய்த்தெடுக்கும்
பத்துவீட்டுப் பாத்திரத்தில்
மகனின் பதினோராம் வகுப்பு

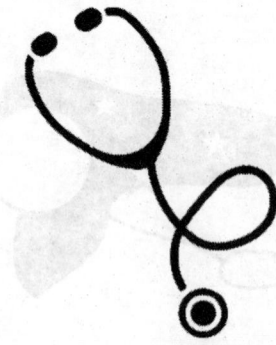

 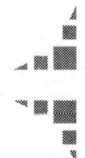

☐ எல்லோரும் பாராட்ட
எடுத்தேன் மதிப்பெண்
ஏளனம் செய்தது ஏழ்மை

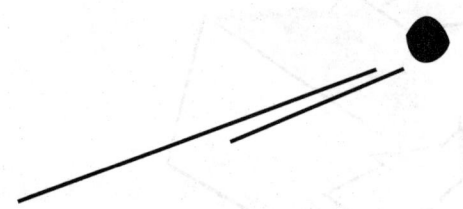

☐ சுற்றி வளைத்தது
சுழன்றடிக்கும் தேனீக்கள்
கயவன் எறிந்த கல்

கவிஞர். முல்லை நடவரசு

☐ விலைக்குறைப்பில்லா துணிக்கடை
மகிழ்வாயிருந்தது
பரிசளித்த மரக்கன்றுகள்

☐ அப்பாடாவென்று
அகம் மகிழ்ந்தாள்
முதியோர் இல்லம் வந்த மூதாட்டி

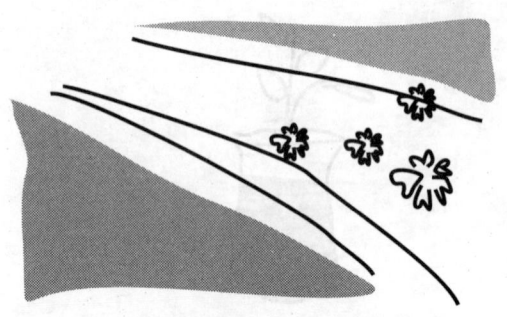

☐ நடைப்பயிற்சிப் பூங்கா
கால் வைக்கக் கூசுகிறது
இரவுதிர்ந்த பூக்கள்

☐ நகர்வலத்திற்கு முன்னால்
சகுனம் பார்த்துப் புறப்பட்டது
சாமி

☐ உச்சந்தலையில் அமர்ந்து
உணவுண்ணும் காகம்
காவல் பொம்மை

☐ குடித்துப் போட்ட பாட்டில்
கோணி நிறைந்தது
குளிர்ந்தது பாட்டி மனம்

வானவில் தூரிகை

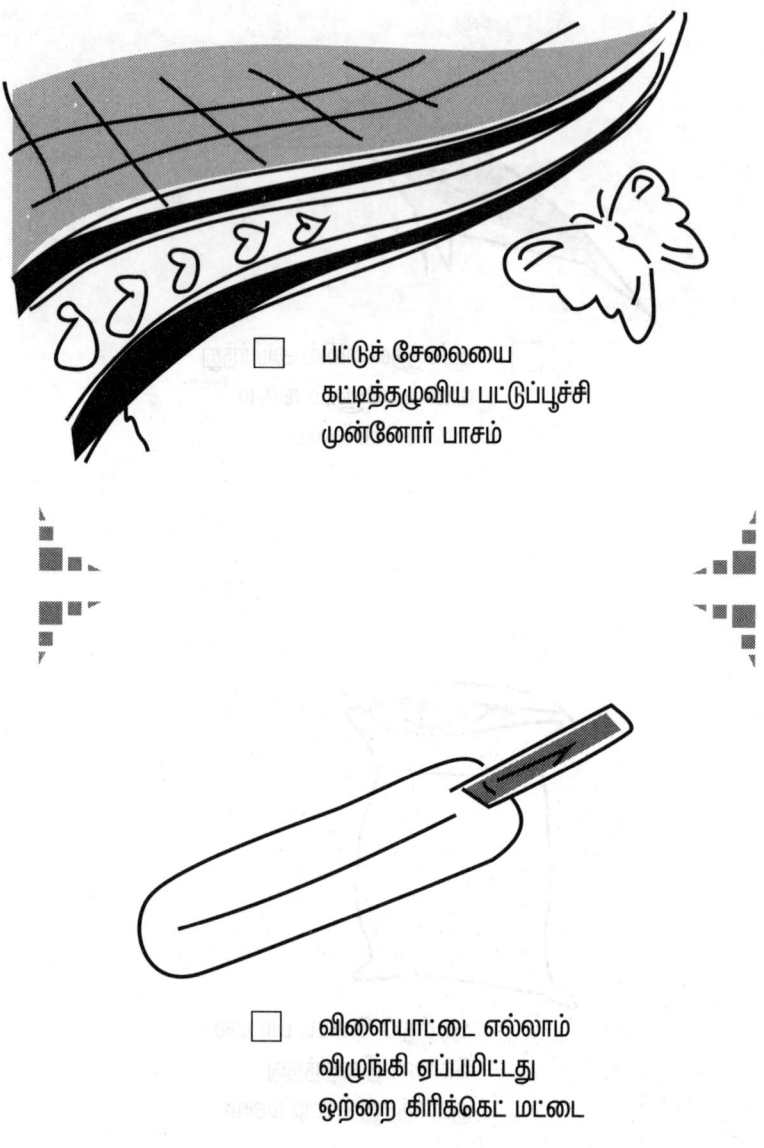

☐ பட்டுச் சேலையை
கட்டித்தழுவிய பட்டுப்பூச்சி
முன்னோர் பாசம்

☐ விளையாட்டை எல்லாம்
விழுங்கி ஏப்பமிட்டது
ஒற்றை கிரிக்கெட் மட்டை

கவிஞர். முல்லை நடவரசு

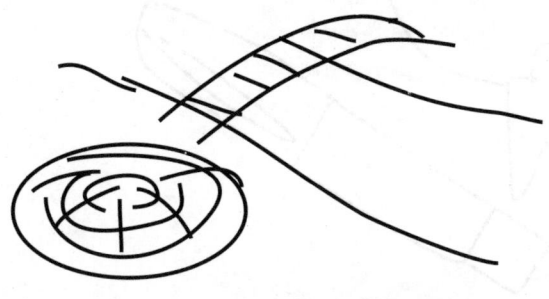

- ஆற்றின் குறுக்காய்
  அழகிய பாதை
  கரைமேல் பரிசில்

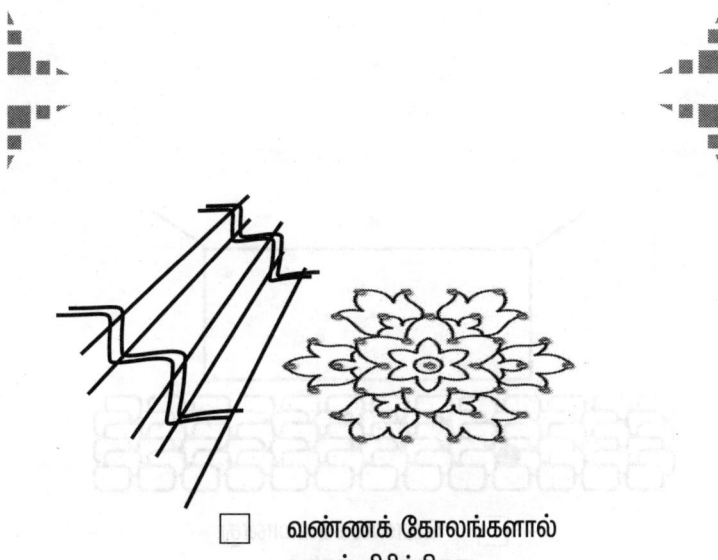

- வண்ணக் கோலங்களால்
  வாசல் சிரிக்கிறது
  தைப் பாவை

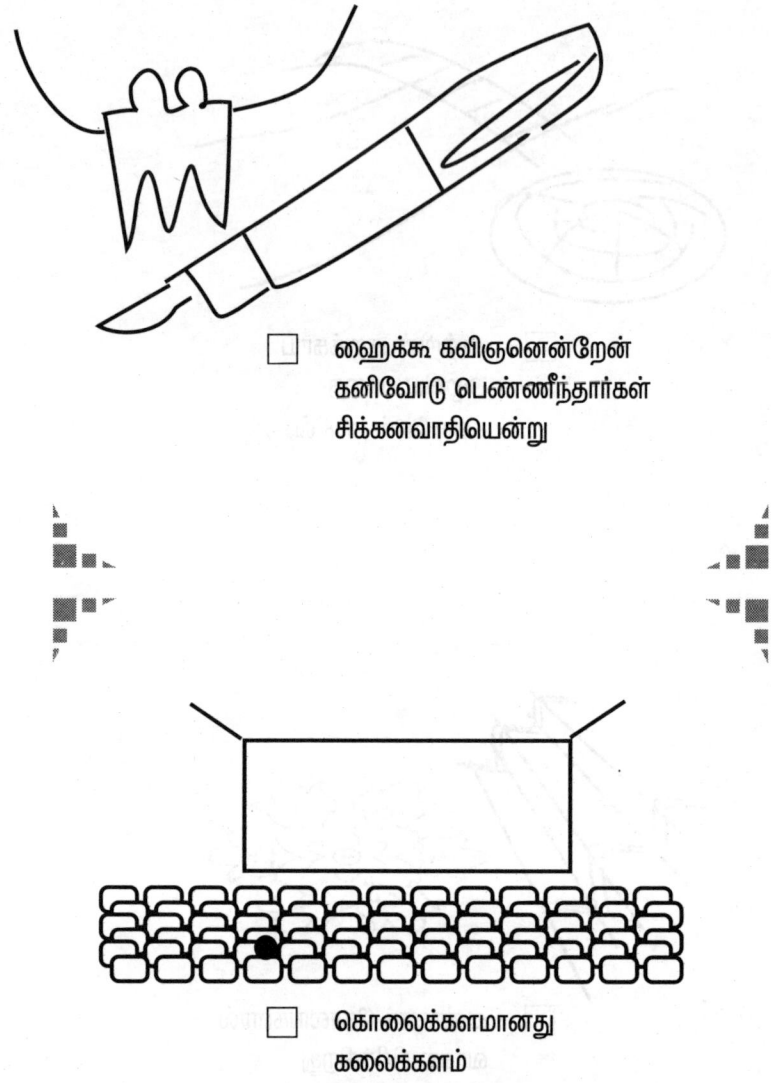

☐ ஹைக்கூ கவிஞனென்றேன்
கனிவோடு பெண்ணீந்தார்கள்
சிக்கனவாதியென்று

☐ கொலைக்களமானது
கலைக்களம்
இன்றைய சினிமா

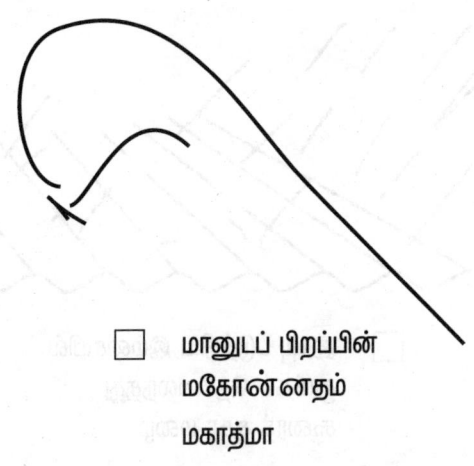

☐ மானுடப் பிறப்பின்
மகோன்னதம்
மகாத்மா

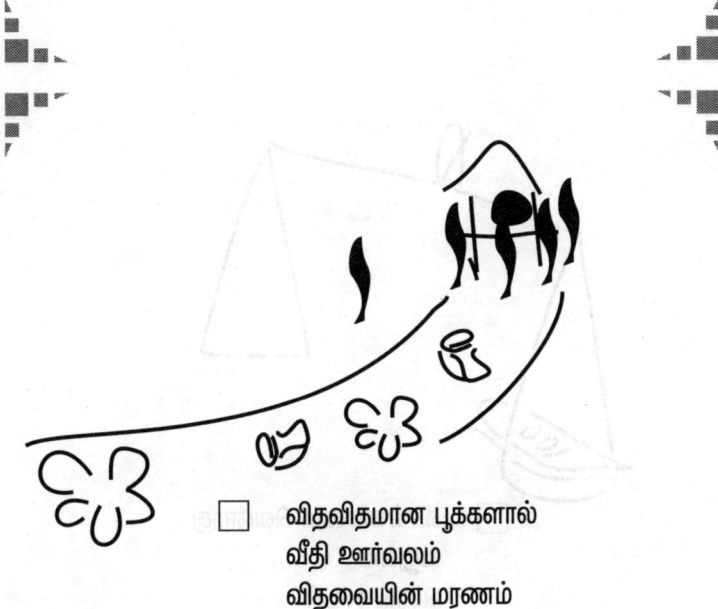

☐ விதவிதமான பூக்களால்
வீதி ஊர்வலம்
விதவையின் மரணம்

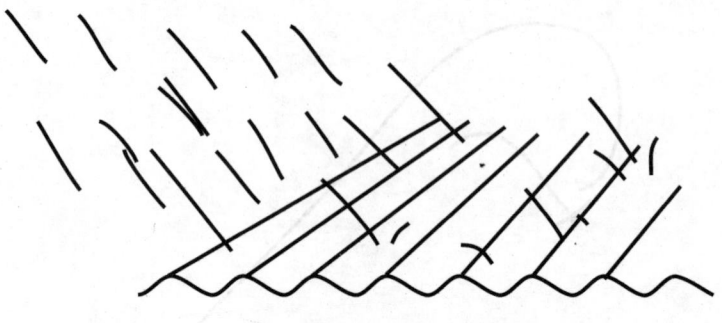

☐ இரவு படுத்திய இம்சையில்
தூக்கம் தொலைந்தது
கூரைத் தகர மழை

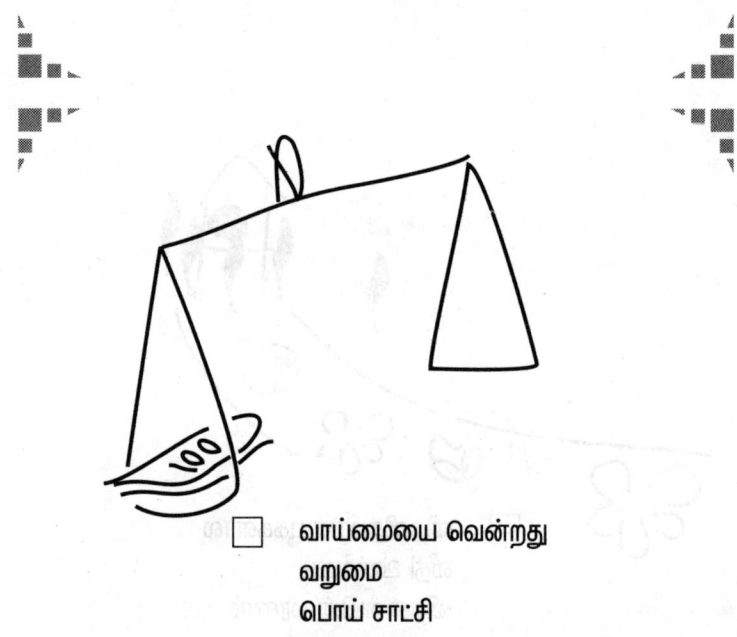

☐ வாய்மையை வென்றது
வறுமை
பொய் சாட்சி

கவிஞர். முல்லை நடவரசு

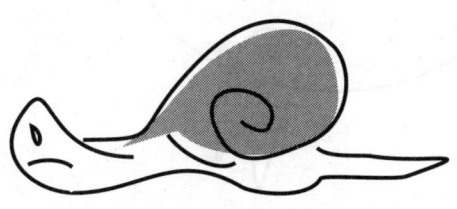

☐ தாழாச்சுமை
தாமதப் பயணம்
நகரும் நத்தை

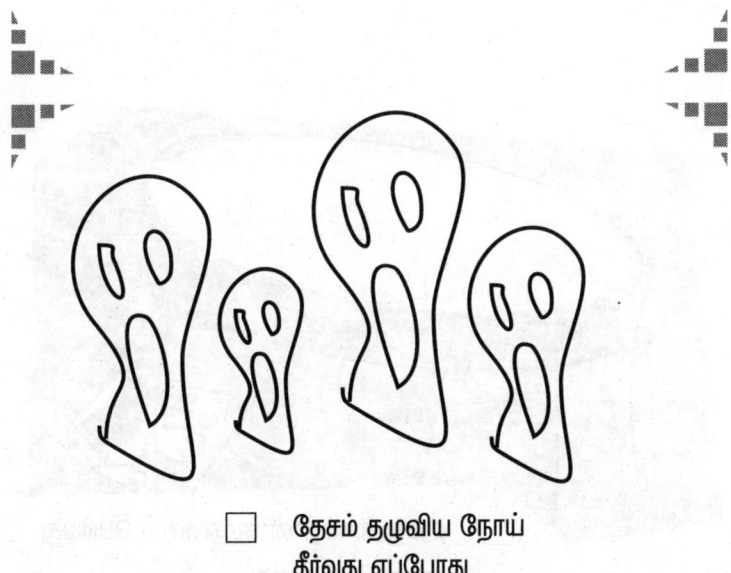

☐ தேசம் தழுவிய நோய்
தீர்வது எப்போது
வாட்டும் வறுமை

☐ பிரிவுகூட வாழ்வின்
பேரின்பமே
மகளின் திருமணம்

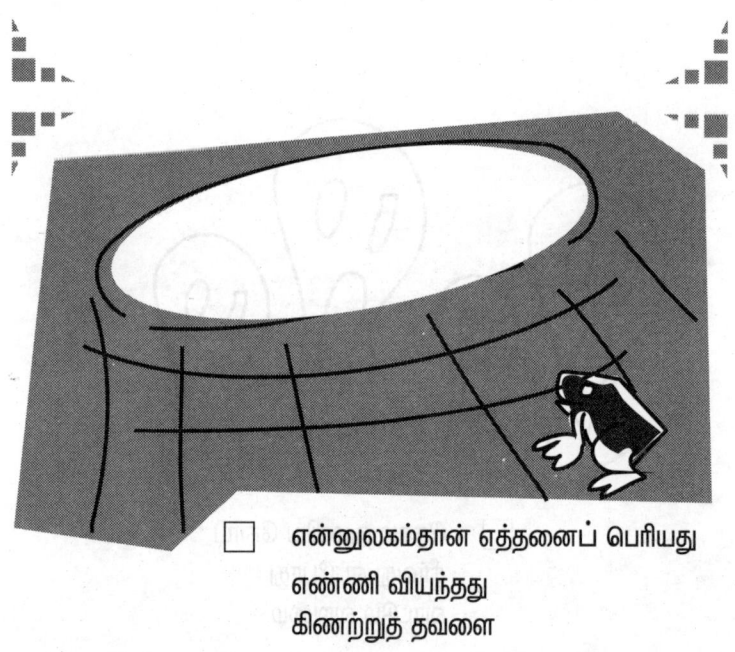

☐ என்னுலகம்தான் எத்தனைப் பெரியது
எண்ணி வியந்தது
கிணற்றுத் தவளை

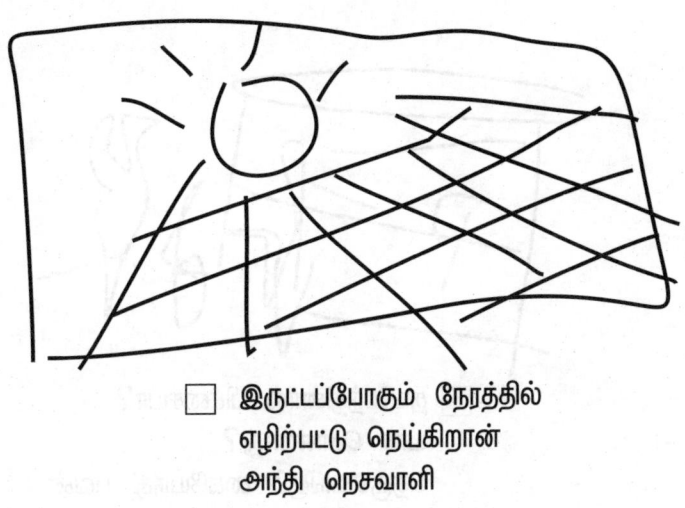

☐ இருட்டப்போகும் நேரத்தில்
  எழிற்பட்டு நெய்கிறான்
  அந்தி நெசவாளி

☐ ஒற்றைச்சிட்டு
  ஒதுங்கியது வீட்டுக்குள்
  மகிழ்ந்து பறந்தது மனசு

வானவில் தூரிகை

☐ தட்டேந்தினால் பிச்சையா?
யார் சொன்னது?
தெருவெங்கும் கையேந்தி பவன்

☐ ஆபத்துக்கிடையிலும்
அழகாய்ச் சிரிக்கின்றன
நான்கு வழிச்சாலை பூச்செடிகள்

கவிஞர். முல்லை நடவரசு

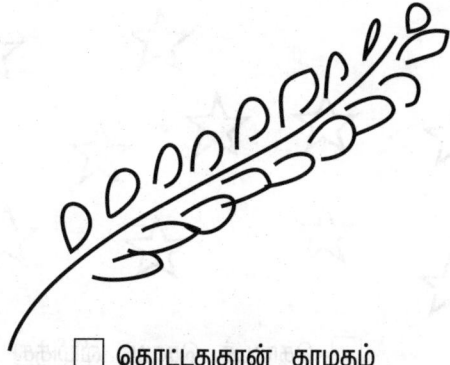

☐ தொட்டதுதான் தாமதம்
ஒட்டிக்கொண்டது நாணம்
தொட்டால் சிணுங்கி

☐ சலித்துப் பார்த்தும்
அகப்படவில்லை
சாதியற்ற தமிழன்

☐ கொட்டக் கொட்ட விழித்து
இரவுப் பணியாற்றுகின்றன
விண்மீன்கள்

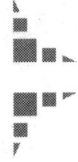 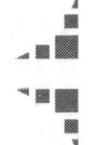

☐ தாறுமாறாய் தலைகீழாய்
வீடு கிடந்தும் சினமில்லை
பேத்தியின் வருகை

கவிஞர். முல்லை நடவரசு

☐ உழைத்ததன் பலன்
காய்த்துக் கிடக்கிறது
அப்பாவின் கை

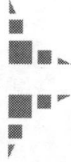

☐ சுற்றிச் சுற்றிப் பாடியதில்
சொக்கிப்போனது பூ
உண்டு சுவைக்கும் வண்டு

வானவில் தூரிகை

☐ துரோகமிழைத்த கோளாறு
பிறக்கும் புதிய வரலாறு
ஈழம்

☐ நான் மரிக்குமுன்
மலர வேண்டும்
தமிழ் ஈழம்